Tình Yêu Của Người Hành Khất

TÌNH YÊU CỦA NGƯỜI HÀNH KHẤT
Thơ **Dan Hoàng**

Bìa: **Uyên Nguyên Trần Triết**
Dàn trang: **Nguyễn Thành**
Nhân Ảnh Xuất Bản **2021**
ISBN: **978-1990434051**
Copyright © 2021 by Dan Hoang

DAN HOÀNG

Tình Yêu Của Người Hành Khất

NHÂN ẢNH
2021

TÔI LẠC MẤT TÔI!

Tôi lạc mất tôi một chiều qua phố,
Giữa dòng xe cộ chẳng biết về đâu?
Mùa Đông gió thổi hơi lùa vào cổ,
Dường như trái tim cũng chợt nhói đau?

Năm tháng trôi nhanh tóc giờ nhuốm bạc,
Phù du một thoáng đã lạc mất nhau?
Nhìn lại sau lưng một đời đổ nát,
Quê hương nhạt màu sương khói về đâu?

Tôi pha trộn vào màu da sợi tóc,
Ngôn ngữ lạc vần ngờ nghệch dễ thương.
Uống cà phê đen nhớ ngồi quán cóc,
Ngóng đợi chờ ai những buổi tan trường.

Mênh mông biển sóng tàu đi xa tắp,
Mang về nơi đâu những nỗi mong chờ?
Nửa hồn tôi lạc bên bờ viễn xứ,
Còn nữa hồn sao mãi cứ ngu ngơ?

Tôi lạc mất tôi buổi chiều tắt nắng,
Đếm những hạt mưa nặng rớt trên mi.
Một đời lữ thứ hành trang nặng gánh,
Lác đác rơi dần chẳng thấy còn chi!

11/22/20

PHỞ

Đi đâu rồi cũng thèm tô phở,
Cái mùi quen thuộc của Việt Nam.
Qua bao ngõ ngách làng cùng phố,
Mĩ vị cao lương chớ không ham!

Nong nóng lúc môi hôn vừa chạm,
Đã nghe thơm phức ấm hương đời.
Vè, dòn, gân, sách, rồi tái, nạm...
Nước non, non nước lắm nổi trôi?

Ngoài hiên mưa hắt hiu gió lộng,
Cay cay khoé mắt miếng ớt nồng.
Trong hàng ồn ào xao tiếng động,
Cành Quế xanh ươm ngọn gió đồng.

Miệng cắn nhùng nhằng sợi bánh phở,
Lòng nghe bao nhung nhớ cuộn theo.
Ngọt ngào hớp nước lèo nho nhỏ,
Thương ai gian khổ chốn quê nghèo.

Canh cánh bên lòng nhiều chất chứa,
Phở đã xoay vận với nước non?
Đục trong non nước bao lâu nữa,
Phở vẫn thơm ngon hay chẳng còn?

11/07/17

MƯA PHỐ BIỂN

Mưa trong lòng triền miên mưa mãi,
Mưa ngoài trời chỉ thỉnh thoảng thôi.
Mưa là trời buồn nước mắt rơi,
Mưa là tôi thương người mắt ướt.

Mưa lướt thướt qua song cửa trước,
Mưa dầm dề nước ngược cửa sau.
Mưa ngoài trời mà nghe lòng đau,
Mưa u sầu hàng cau rũ bóng.

Mưa nằng nặng như lòng ai ngóng,
Mưa rì rào thoảng tiếng ai kêu.
Mưa ngúng nguẩy như vừa biết yêu,
Mưa liêu xiêu những chiều nhớ bạn.

Mưa từng hồi cho lòng ngao ngán,
Mưa đêm tới sáng nỗi nhớ nhà,
Mưa chan hoà trời đất bao la.
Mưa tơi tả bầu trời trắng xoá.

Mưa nhạt nhoà làm ta buồn quá.
Mưa lả chả hồn rã hơi men.
Mưa lất phất lúc phố lên đèn,
Mưa làm thèm một làn hơi ấm.

12/28/20

BÀI LUẬN VĂN CHO QUÊ HƯƠNG

Tôi sợ lắm viết luận về quê hương,
Bởi nơi ấy nhiều đoạn trường đau khổ?
Cố tả tình thêu thật nhiều hoa nở,
Chẳng thể nào dấu loang lổ...buồn không?

Tôi nhớ mãi đời gạo chợ nước sông,
Cảnh cơ hàn của đông người lam lũ.
Cảnh dân oan chính quyền cướp chỗ ở,
Sống vô định ngay trên đất quê mình.

Tôi chẳng dám mơ non nước hữu tình,
Đồng lúa vàng lung linh trong nắng sớm.
Bến sông xưa chim Chào Mào xí xọn,
Đang chết mòn bởi nước thải độc loang?

Tôi ái ngại nhìn thức ăn thơm lừng,
Trông hấp dẫn nhưng chứa đầy độc tố?
Người giả dối, tham lam, và ngoan cố...
Giết lẫn nhau tạo phần số sang giàu?

Thật đau lòng chẳng biết mình về đâu,
Khi đất nước chênh vênh bờ vực thẳm!
Học trò đến trường tiền trao giáo huấn,
Con đảng cộng nô dốt cũng nên tài?

Kẻ vô cảm là những đứa để ngoài,
Mặc bất công, kệ quan liêu hống hách...
Mặc ai đấu tranh nằm gai nếm mật...
Chúng cứ an nhiên tự tại với đời?

Tôi thất vọng nhìn quê hương đất trời,
Đang từng ngày lùi sâu vào bóng tối?
Tổ Quốc tan hoang thân tàn lở lói,
Bởi nhà cầm quyền bội bạc ngu si?

Lòng xót xa thấy tương lai con đi,
Ngập nợ nần oằn trên vai mỗi đứa.
Đời nô lệ chẳng còn xa xôi nữa,
Khi đảng cộng đang bán đất nước dần.

Hỏi đau không khi quê hương của mình,
Bốn ngàn năm công Tổ Tiên tạo dựng.
Bỗng phút chốc đặc khu riêng tàu cộng,
Áp đảo dân Việt thành kẻ lưu vong?

Tôi sợ nhìn phố phường ngỡ Quảng Đông,
Chữ Hán, đèn lồng, tàu ngông tứ phía...
Tôi sợ mai không nhận ra em nữa,
Mất hút áo dài giữa những đắng cay!

Tôi van người hãy đấu tranh hôm nay,
Cho một Việt Nam ngày mai tươi sáng!
Đừng để mất nước trong tay tàu, cộng...
Kẻo con cháu phải sống kiếp lạc loài!

08/24/18

HƯƠNG XUÂN

Hôm nay trở lại chốn này ,
Tìm người em gái giờ đây nơi nào?
Quán xưa trống vắng xiêu xao,
Mùa Xuân vừa đến vẫy chào thế gian!
Dường như hương cũ chưa tàn,
Mùi trà men rượu còn nồng nàn môi.
Tôi ngồi lặng lẽ mình tôi,
Bên trời một bóng mây trôi mất rồi.

02/06/21

PHỐ LẠ CHƯA QUEN

Chẳng thể nào còn nhớ nổi tên,
Những con phố đi qua vội vã.
Một sớm Thu mưa rơi tầm tả,
Cứ ngập ngừng nghe lạ bước chân.

Saigon đây mà chẳng thấy gần?
Kia Paris soi giòng sông nước?
Nắng Cali mang nhiều mộng ước?
Đêm tưng bừng New York nổi trôi?

Giữa đông người sao vẫn lẻ loi,
Lạc mất mình trong lòng phố xá?
Ly cà phê ấm bàn tay nhỏ,
Nhớ mùi hương ly nước chanh đường.

Đêm phòng trà huyền hoặc du dương,
Chếnh choáng say buồn vương mắt lệ.
Canh bạc đời được thua cũng thế,
Las Vegas tội lỗi đêm thâu?

Boston cổ kính nhớ gì nhau,
Mà Potomac sương mờ lá rũ?
Mưa Seattle đêm ngày rỉ rả,
Màu thời gian vàng võ con tim?

Toronto tuyết lạnh trắng đêm,
Hàng Phong đứng co ro giá rét.
Người khách lạ về đâu không biết!
Bến sông Hàn hỏi có ai mong?

Bao nẻo đường sương gió mênh mông,
London, Rome, Lisbon, Prague...
Sáng Taipei, chiều Seoul, đêm Hà Bắc...
Balô đầy trĩu nặng tình quê!

Đã bao lần phố mãi đi về,
Vẫn lạ từng hàng me, góc chợ...
Trời vào Thu mưa rơi nức nở,
Xót thương người hay nhỏ lệ tôi?

08/28/17

UỐNG RƯỢU MỘT MÌNH

Một mình ta lại một mình thôi,
Đêm khuya thao thức một mình ngồi.
Rót giọt sầu rơi vào trong cốc,
Men nồng cay đắng thấm mềm môi.

Thời gian tí tách lặng lẽ trôi,
Một mình khật khưỡng một mình ngồi.
Thầm thì với bóng, bóng theo lại
Cười vang vọng mãi vẫn mồ côi.

Buồn nhắc chai tu để lại rồi,
Cụng ly. Cụng mãi vẫn mình tôi.
Rượu nốc tràn môi thành lệ nhỏ,
Lăn trên gò má ướt mồ hôi?

Uống mãi chưa say. Uống một hồi...
Lơ lửng hồn trôi. Trôi mãi trôi...
Tâm tư ray rứt. Thêm thao thức...
Thịt da háo hức. Mắt tìm môi...

Tìm mãi quẩn quanh chỉ mình thôi,
Liêu xiêu chiếc bóng ngả nghiêng rồi.

Giọt sầu rụng xuống tim côi,
Giọt lên men đắng, giọt trôi vào lòng.
Uống thêm vài cốc nữa xong,
Rồi mai thức dậy cho lòng thênh thang?

09/15/17

ĐƯỜNG VỀ XÓM ĐẠO

Đã mấy mươi năm đời xa khuất,
Xóm đạo Phước Lý thủa thiếu thời.
Hôm nay bồi hồi trong ký ức,
Thấy Chúa giang tay mỉm miệng cười!

Thằng bé ngày xưa hay nghịch ngợm,
Bắn chim, ném đá, đánh đu chuông...
Mấy lần chuông đổ rền vang xóm,
Tiễn biệt người đi khuất giáo đường!

Giòng nước uốn quanh đền Đức Mẹ,
Là chỗ rong chơi mấy tháng hè.
Phượng đỏ rực trời buông nắng nhẹ,
Bóng Mẹ tỏa mát tâm hồn quê.

Những đêm chinh chiến ầm đạn pháo,
Run run con nép dưới chân Ngài.
Hỏa châu rực cháy trời xóm đạo,
Giang rộng vòng tay Chúa chở che!

Ai hay có buổi ly biệt ấy,
Giã từ xóm đạo với lầu chuông?
Rong ruổi giòng đời nghiệt ngã chảy,
Vẫn Chúa trong tim nóc giáo đường!

Sương gió phong ba đời trai trẻ,
Chúa ơi! Có lúc con quỵ chân!
Đường trần gập ghềnh hoen mắt lệ,
Chúa đã giang tay cứu nhân trần!

Rong rêu phủ kín dấu chân,
Chuông nhà thờ đổ vang ngân tiếng dài!
Con quỳ nép dưới chân Ngài,
Thương đời hành khất lạc loài thế gian!

08/17/17

HOA VÔNG VANG

Ai đã có lần về qua xóm cũ,
Còn nhớ không cây Vông Vang đầu đường?
Chỗ nghỉ chân của những kẻ tứ phương,
Nhiều ngỡ ngẫn lúc dừng chân đất lạ?

Hai anh em những ngày xưa còn bé,
Bắt chuồn chuồn, đuổi bướm...ở đồng xanh.
Trời đổ mưa hai đứa núp mái tranh,
Thả con thuyền bềnh bồng theo nước chảy.

Khát vọng đầy chở căng phồng thuyền giấy,
Đến nơi nào ai có biết được đâu?
Mắt đen tròn nhấp nháy mãi nhìn nhau,
Chẳng ai hiểu chuyện gì xa xôi ấy?

Chuyện ngày xưa như vẫn còn đâu đấy,
Gốc Vông già năm tháng đội nắng mưa.
Cô bé ngậm ngùi đi lấy chồng xa!
Anh bạn cũng giờ bôn ba xứ lạ!

Mấy mươi năm giòng đời trôi nghiệt ngã,
Vướng bận gia đình nơi xứ xa kia.
Em bây giờ chắc đã hết chân quê?
Đổi tên họ Kim, Chen, hay Smith...?*

Người bạn cũ hơn nửa đời bão táp,
Lắm phong trần mái tóc đã điểm sương.
Phố lạ chưa quen ủ ấp mùi hương,
Ngai ngái đất bùn, hương cau, bông bưởi...

Chao ôi! Thương quá biết bao lứa tuổi...
Nỗi nhọc nhằn cứ oằn trĩu đôi vai?
Cuộc chia ly sao mãi lại kéo dài,
Giòng lệ nhỏ mỗi đêm về không cạn?

Ở nơi đâu bây giờ ai lẻ bạn?
Ai âm thầm lận đận kiếp mưu sinh?
Ở nơi đâu ai tủi hận cho mình,
Quê hương lạ lại là nơi chốn cũ?

Phương trời nao hoa Vông Vang nở đỏ,
Mỗi mùa về còn ai nhớ nữa không?
Cội Vông già mãi là chỗ ngừng chân,
Lòng ngơi nghỉ hương quê còn xót lại!

09/21/17

LỮ KHÁCH

Tôi chỉ là lữ khách giang hồ,
Sống vô định trong vòm trời đất!
Có quả tim luôn yêu sự thật,
Chỉ dăm lần đã trót dối gian!

Một trăm phần tôi người Việt Nam,
Đêm ngủ tai còn nghe tiếng súng!
Câu hát Mẹ ru vọng năm tháng,
Nuôi lớn tôi đứng thẳng làm người!

Khách giang hồ lưu lạc muôn nơi,
Chẳng ham danh vọng hay vật chất!
Lữ khách giang hồ không cướp vặt,
Ao ước con tim được yêu người!

Ở đâu cũng nhớ về một nơi,
Loài người gọi đó là Tổ Quốc!
Nước Việt Nam một thời gấm vóc,
Đang chết mòn bởi lũ cộng nô?

Có buổi chiều gió đông lạnh co,
Khách giang hồ bỗng thèm hơi ấm!
Mùi lúa non bàn tay đằm thắm,
Tuổi đôi mươi say đắm cuộc đời!

Khách giang hồ nào chẳng lệ rơi,
Trước nghịch cảnh của người cô thế?
Đời là tranh đấu nhiều vô kể,
Không thối lui quản nệ gian nan?

Tết sắp về trên khắp thế gian,
Ai xa xứ không nghe lòng tủi!
Lại một năm. Bao lần Xuân tới,
Thanh bình còn khuất lối quê hương!

Về đâu lữ khách đêm trường,
Quê nhà tăm tối; sầu vương quê người!

01/07/19

MỖI BẬN XÔNG HƠI LẠI NHỚ NHÀ

Quê hương trỗi dậy ở trong lòng,
Mỗi lần cảm bệnh ngồi hơi xông.
Bầu không khí nóng phà vào mặt,
Ngỡ như trưa hè tắm bến sông.

Hương xả nồng nàn thoang thoảng bay,
Quyện trong tiếng gió nhánh tre lay.
Nhấp nhô góc vườn bụi ngải cứu,
Mơn mởn cây chanh chim gọi bầy.

Có một chút cay dậy chút buồn,
Đậm đà nồng đượm vị gừng thơm.
Trần bì chờm bơm Đông Tây gặp,
Rosemary xanh ngắt chiều hôm.

Sảng khoái lan vào hồn lâng lâng,
Tứ chi giản nở bắp thêm gân.
Khiến thêm xuân tình tim đập mạnh,
Cất vó ngựa phi hí vang rần.

Quê hương mấy lần tưởng đã xa,
Nào hay gió thoảng lẫn hương hoa,
Trăm năm vẫn đậm đà xương thịt,
Mỗi bận xông hơi lại nhớ nhà!

11/14/20

LAI CHÂU

Bỏ phố thị tôi lên rừng Tây bắc,
Tìm không gian hùng vĩ của đất trời?
Chiều Nậm Phùn bỗng nhiên đổ mưa rơi,
Thấm ướt lòng người lữ khách cô độc!

Tôi tìm gì giữa rừng hoang núi dốc,
Một cánh chim cũng đơn độc như mình?
Đường quanh co khập khiễng là mối tình,
Sông với núi mãi loanh quanh cuộn chảy.

Về ngang đèo Ô Quy Hồ gió lẩy
Ánh trăng non như vẽ một nụ cười.
Tay luồn túi áo mà nghe ấm người
Tưởng giọng nói tiếng cười trong khúc hát?

Đến Sin Hồ hồn mở ra bát ngát,
Ly cà phê khói bốc thơm môi mềm.
Tự nhiên lòng thèm cảm giác rất quen,
Của đôi mắt êm đềm còn vụng dại?

Lữ khách nhìn đồng Mường Than xoai xoải,
Thấy tình yêu xanh biếc những tấm gương
Anh nhớ em như thác đổ nộ cuồng,
Nước thuỷ điện Lai Châu cuồn cuộn chảy!

Sông Đà gặp Nậm Na nhiều ngúng nguẩy,
Chẳng chung đường nên nương rẫy chia hai.
Cánh chim rừng thao thức đón nắng mai,
Háo hức gọi người hoài sao không thấy!

Lữ khách nơi này còn em nơi ấy,
Có thấu chăng lửa nồng cháy nương rồi!
Phố núi chập chùng mưa lại tuôn rơi,
Làm buốt giá tâm hồn người cô lẽ?

03/26/18

ĐÊM NGHE TIẾNG NHẠC JAZZ

Tôi với tôi thì thầm trong bóng tối,
Ánh đèn mờ huyền hoặc điệu nhạc Jazz.
Lời rên rỉ bổng trầm mãi vang xa,
Chợt sâu lắng lớn dần trong ký ức.

Trên sân khấu người ca sĩ ray rứt,
Trách hờn mình đánh mất mối tình si.
Xót xa lòng tôi tiếc những lần đi,
Là vĩnh biệt nghìn trùng xa cách mãi?

Nếu biết rằng một đi không trở lại,
Ai dứt lòng đem chôn liệm tình thương?
Để muôn đời trong tro lạnh tàn hương,
Còn âm ỉ lửa than hồng năm cũ?

Bốn mùa đi mầu thời gian nhuộm cả,
Mái tóc mình sương gió đã lạnh căm.
Xác thân rồi cũng hút vào xa xăm,
Chỉ còn lại con tim không ngơi nghỉ.

Có phải yêu mà người ta đã khổ?
Hay dại khờ nên chẳng rõ điều chi?
Sống làm sao khi đời sống u mê?
Không lý tưởng, yêu thương và hy vọng?

Có phải không đêm đen là ác mộng,
Mang cho mình sợ hãi lẫn âu lo?
Đêm thao thức có khi là nguồn thơ,
Làm con tim thêm đớn đau rỉ máu!

Ôi xót xa! Hỏi lòng ai có thấu,
Chén men nồng chếnh choáng hết đời nhau?
Trên cung sầu chắc gì gặp lại đâu,
Nhạc chưa hết nhưng hồn tôi đã lịm!

08/30/17

TIM TÍM LỤC BÌNH ƠI!

Lục Bình tim tím, Lục Bình ơi!
Lặng lẽ mình tôi, chỉ một người!
Bùi ngùi về thăm thôn làng cũ,
Dõi cánh chim bay lạc cuối trời.

Lối quen khấp khểnh những bước chân,
Mà sao lòng lạ lẫm phân vân?
Vẫn tưởng đâu đây bên hiên cũ,
Nghe vẳng tiếng ru con thật gần?

Đường cũ quanh co người lưa thưa,
Bờ tre xao xác tiếng gà trưa.
Thấp thoáng thấy mình trong đám trẻ,
Tạc lon, đá bóng...trước sân chùa.

Đứng trước cổng trường thủa ấu thơ,
Phấn trắng, bảng đen...vẫn chưa mờ?
Bạn cũ bây giờ còn ai nữa...
Đứa còn, đứa mất, đứa ngu ngơ..?

Chẳng biết còn ai nhận ra không,
Một người rong rủi kiếp tang bồng.
Quay gót phiêu lưu về quê cũ,
Tìm lại ngày xanh giữa mênh mông.

Lục Bình tim tím. Lục Bình ơi!
Nổi trôi phiêu bạt khắp phương trời.
Giòng sông lơ lửng trôi ra bể,
Nước bể sông nguồn trôi mãi trôi.

Thương nhớ nhiều hơn cả nỗi đau,
Người xưa thôn cũ nay còn đâu?

Còn chăng bóng nước qua cầu,
Lục Bình tim tím sắc màu nhớ thương.
Nặng lòng bao nỗi vấn vương,
Sầu trong khoé mắt, đêm trường xót xa!

Về quê, 09/01/17

CHIỀU TRÊN PHỐ BOLSA

Phố Bolsa một chiều đông vương nắng,
Trời trong xanh soi nghiêng dáng một người.
Tình cờ gặp nhau ở chốn xa xôi,
Nhoẻn miệng cười mà lệ rơi khoé mắt!

Bốn mươi năm mà dễ như chơi thật,
Tóc hoa râm khuất hơn nửa đời rồi.
Da đồi mồi dường còn chút thơm hơi,
Của bụi đất quê hương thời son trẻ.

Gió Cali mùa Đông run run nhẹ,
Đủ xao lòng rung khẽ những ước mơ.
Mùi phở nóng làm tâm tưởng dại khờ,
Ly nước Mía nhắc ngày thơ sống lại.

Bốn mươi năm nghe thật nhiều sợ hãi,
Sợ cảnh đổi đời tê tái con tim.
Ác mộng còn về đêm vắng im lìm,
Thời gian xoay nửa đêm ngày thao thức.

Gặp lại nhau giữa biển đời mộng thực,
Biết nói gì ngoài câu chúc nhau vui.
Tình cũ bay theo những áng mây trời,
Thì kỷ niệm chỉ thêm lời nhung nhớ.

Chiều Bolsa người dập dìu qua phố,
Những bàn tay hoan hỉ nắm bàn tay.
Mình nhìn nhau lặng lẽ trong phút này,
Tuy gần gũi nhưng còn xa cách lắm.

11/03/20

CÓ CÒN HÀ NỘI!

Làm sao anh có thể đến cùng em,
Khi phố xá đã chắn che khắp nẻo?
Những con đường mát xanh anh lẽo đẽo,
Lặng lẽ theo em nay đã mất rồi?

Hà Nội mùa này nắng đổ mồ hôi,
Lưng áo trắng phơi loang màu ngói đỏ.
Mái rũ rêu phong, tường vôi ngõ nhỏ,
Cành Sấu buồn vươn trong gió thở than.

Trên cành Phượng tiếng Ve cứ râm ran,
Bản tình ca nỉ non thật ray rứt!
Chiều hồ Tây nụ hôn chạm khoảnh khắc,
Động bóng Sâm Cầm hoảng hốt bay cao!

Đêm em có còn dõi những vì sao,
Gởi nhớ thương ép vào trang sách nhỏ?
(Sách bây giờ chả còn ai đọc nữa,
Nên đôi mình cũng dang dở vì đau)?

Hà Nội chiều nay anh biết về đâu,
Khi em chẳng còn nguyên hình bóng cũ?
Em sang ngang từ buổi chiều hôm đó,
Buổi chiều đông anh làm giỗ cho em?

Hà Nội là em khi phố lên đèn,
Trời se lạnh bàn tay thơm mùi Cốm.
Dạo bước hồ Gươm hồn nghe luống cuống,
Hoa Lộc Vừng rụng đỏ gót chân son.

Đập cổ kính em đánh mất thơm ngoan,
Khoác nhung lụa chẳng kiêu sa đài các!
Hà Nội mất trinh qua đêm gỡ gạc,
Ai đang tâm bóp nát xác thân nàng?

Dù yêu lắm anh cũng phải kinh hoàng,
Em bây giờ không là em ngày trước!
Hà Nội của anh ngàn năm bất diệt,
Đã chết rồi em có biết không em?

06/12/19

NÓNG BỎNG

Buổi trưa nắng thấy thèm một cơn gió,
Thổi quẩn quanh cuốn bỏ hết muộn phiền.
Ngày tháng bảy tâm hồn nóng phát điên,
Vì trời nóng hay là mình đang nóng?

Đã nhủ lòng thôi hãy đừng mơ mộng,
Chẳng hững hờ cho mây động trên cao.
Chớ cáu kỉnh như ánh nắng gắt gao,
Cất dỗi hờn vào môi ai cong cớn.

Thủa biết nhau vào những mùa nắng lớn,
Áo phơi lòng hờn giận cũng dầy thưa!
Chắc vô tình nên có một buổi trưa,
Môi bỗng chạm rụt rè trên ngưỡng cửa!

Từ dạo ấy tiết trời như có lửa,
Nỗi khát khao vây bủa lấy cuộc tình.
Biết bao lần lòng đã cố lặng thinh,
Đem nhung nhớ thả lênh đênh con sóng.

Cởi hết xiêm y cho gió lay động,
Nắng dát vào người nóng bỏng làn da.
Đêm hừng hực hơi nóng tỏa mân mê,
Em không đến nên não nề vây bủa .

Trời tháng hạ anh buồn bực mấy bữa,
Lá Sen già trắng vữa những nhớ mong?
Nói yêu nhiều thiếu vắng cũng bằng không,
Vì ân ái chẳng dệt bằng mơ mộng?

Anh giận đời ghét cả tiếng vang động,
Của đất trời sấm sét vọng cơn mưa.
Nóng tháng bảy làm sôi sục đong đưa,
Niềm khao khát của tham tàn quỉ dữ!!!

07/09/19

SINH NHẬT CỦA NGƯỜI HÀNH KHẤT

Đã bao năm tôi đến chốn này,
Sao vẫn thấy mọi điều như mới?
Người đi qua và người vừa tới,
Cứ ồn ào trong cuộc bon chen?

Đã bao năm tôi ngỡ rất quen,
Mà vẫn lạ lẫm dò từng bước?
Thời gian trôi nhanh như con nước,
Áo tuổi thơ chưa cũ đã nhầu?

Mấy mươi năm có nghĩa gì đâu,
Đời dạn dầy vẫn luôn vấp ngã?
Tôi với tôi như còn xa lạ,
Chẳng bằng lòng thêm một nếp nhăn?

Sinh nhật này là mấy mươi năm,
Lòng vấn lòng buồn hay vui nhỉ?
Bánh bầy rồi, Đèn chờ chưa tỏ!
Cứ dùng dằng một nỗi tiếc thương?

Đã bao năm sương gió tha phương,
Đời mộng mị vẫn là hư ảo?
Ngựa mỏi chân đường còn khuất nẻo,
Xác thân mòn hoài bảo phôi pha!

Sinh nhật này ta lại gặp ta,
Dù một phút vô cùng ngắn ngủi!
Cám ơn Thượng Đế đã an ủi,
Yêu một đời hành khất gian nan!

07/28/17

SINH NHẬT CỦA NGƯỜI HÀNH KHẤT II

Chừng đó mà đã quá xa xôi,
Bao nhiêu kỷ niệm đến trong đời.
Hôm qua còn mới in ký ức,
Hương nồng thơm phức đã xa vời!

Tôi vẫn là tôi như thủa nào,
Hồn còn thao thức giấc chiêm bao.
Mà đời trôi nỗi dường xa lắm,
Chiều pha bóng tối đẫm mưa gào!

Hoài bảo ngất ngưởng chất đầy xe,
Cần cù mài dũa có vơi gì?
Quá nửa đời người chưa hiểu được,
Muôn điều ước tính mãi biến suy?

Lênh đênh như một chiếc thuyền nan,
Lạc giữa trùng khơi vượt sóng ngàn.
Buồn vui một quảng đời ngang dọc,
Hành khất đơn độc cứ hiên ngang!

Áo đã sờn vai trắng gió sương,
Hồn thêm vất vưởng khắm bụi đường!
Chao ơi thời gian như vó ngựa,
Vẽ dọc xẻ ngang thật phi thường?

07/28/18

CHÚNG MÌNH NỢ NHAU

Mình còn nợ nhau nên vầng trăng khuyết,
Biển cồn cào tha thiết nỗi nhớ mong .
Em nợ anh mối tình từ tiền kiếp,
Sổ đời anh em ghi chép chất chồng?

Mình còn nợ nhau mặn nồng âu yếm,
Một nụ hôn len lén đổi vu vơ.
Đôi bờ vai chạm hờ nhiều quí mến,
Lòng lâng lâng chiều đến đẹp vô bờ .

Anh nợ em bơ phờ làn tóc rối,
Những đêm khuya trăn trở chẳng ngủ yên.
Em nợ anh lời ân cần an ủi,
Một cuộc đời sớm tối được bình yên.

Mình nợ nhau bao muộn phiền trách móc,
Khiến con tim đau ngất đến dại khờ!
Ghen vu vơ làm đường trần khổ nhọc,
Ta giận mình hạnh phúc chốc bơ vơ.

Mình còn nợ nhau vô bờ vô bến,
Nợ cả tiếng cười lời nói chua ngoa .
Nợ đôi mắt biếc nhạt nhoà giòng lệ,
Giá lạnh bàn tay hơi ấm làn da.

Chúng mình nợ nhau qua năm cùng tháng,
Nợ hết một đời phiêu lảng trần gian.
Linh hồn lìa thân hoá thành ánh sáng,
Kiếp nợ nần tan theo tiếng chuông ngân.

09/19/20

ĐỪNG ĐỂ MẤT NHAU

Có một ngày rồi mình sẽ xa nhau,
Chẳng cạnh bên để chia sầu sẻ ngọt?
Chốn dương trần vẫn líu lo chim hót,
Chỉ một người vò võ bóng đơn côi?

Căn nhà cũ vườn cây xanh vẫy gió,
Những ân tình vẫn còn đó long lanh!
Tiếng thầm thì bên bữa ăn ấm cúng,
Còn thơm hương tách trà nóng trên bàn!

Bao kỷ niệm hàng ngày đã chung sống,
Dẫu dễ gì bỗng năm tháng quên mau?
Nhớ từng ánh mắt, nụ cười của nhau...
Thương từng cái tật cầu nhầu đáng ghét?

Đã biết thế sao lòng không yêu hết,
Cất làm chi cho giá rét tâm hồn!
Nghi kỵ nhau lẫn giận hờn ghen ghét,
Để con tim đau xót lệ sầu tuôn!

Hãy yêu đi vì mai không còn nữa,
Một vòng tay ấm áp giữa cuộc đời .
Cát bụi phủ mờ hình hài tan rã,
Khi nhận ra thì đã mất nhau rồi!

03/12/20

VẮNG ANH

* Viết thay cho CV

Đêm nay trời lại bỗng nhiên lộng gió,
Thổi nỗi buồn về vỡ trái tim em!
Nhà vắng anh lệ đẫm ướt gối êm,
Đời quạnh quẽ làm tim thêm nhỏ máu!

Bốn mùa trôi hỡi người ơi có thấu,
Nét phong trần em nào dấu được đâu!
Gắng lo toan tròn thiên chức nhiệm mầu,
Đời cơ cầu ủi an con thay Bố!

Má hồng phai tóc thề buồn vương gió,
Hỏi ai còn thương nhớ nữa hay không?
Hình ảnh thân thương trong mỗi căn phòng,
Là hy vọng để lòng đừng sợ hãi?

Nhà vắng anh mẹ con buồn tê tái,
Lại khóc thầm nhìn thiên hạ chung đôi!
Đã bao đêm em khấn nguyện với trời,
Ngày đoàn viên giữ vẹn lời giao ước!

10/06/19

NGHIÊNG TÌNH

Đã bao lần gặp em anh muốn nói,
Nói một điều luôn chôn dấu trong tim.
Đôi mắt huyền nhìn anh thật bối rối,
Biết nói gì khi anh chẳng còn riêng.

Đã bao lần nhìn em anh cứ hỏi,
Hỏi lòng mình như thầm nói yêu em.
Dáng mĩ miều đêm ngày em hiển hiện,
Anh thẩn thơ mơ ước chuyện thần tiên.

Đã nhiều khi anh muốn vượt biển lớn,
Cùng em phiêu lưu khắp chốn trần gian.
Tay trong tay mình sống đời vui nhộn,
Không muộn phiền chẳng bận rộn lo toan.

Đã yêu rồi đôi môi ngoan xinh xắn,
Anh ước thầm cuộc đời chẳng chắn che.
Sao men tình yêu đương lại chát đắng,
Mình nhìn nhau mà lòng nặng não nề.

Đã bao lần trong đêm anh thức trắng,
Ngắm sao trời đi tìm chút hương thôi.
Ở bên đời tóc huyền em rơi rụng,
Nhớ thương tình khóc hai đứa mồ côi.

05/05/21

KHÁT KHAO

Rượu chưa say mà hồn ta chếnh choáng,
Cứ thèm thuồng mê muội chút ái ân.
Ái Khanh ơi! Xích lại Trẫm thật gần!
Cho hơi ấm xóa tan lòng băng giá.

Mình cởi bỏ thế gian đầy dối trá,
Để hồn khanh hoà nhập với hồn ta.
Đập tan xiềng xích của bọn điêu ngoa,
Cho thật thà phơi trên giường khoái lạc .

Hồn ta đây nàng hãy ghì thật chặt!
Níu đất gần trời, giàu nghèo sát nhau.
Hôn nhau sâu cho quên hết u sầu!
Nhìn vào mắt để thấy gần sự thật.

Trong khát khao mình lấp đầy khao khát?
Lúc hững hờ đừng hờ hững quay đi?
Ái Khanh ơi! Ta là kẽ cuồng si!
Trái tim nhỏ với tình yêu quá lớn!

\- Yêu là gì sao lòng mãi thiếu thốn?
Cứ cồn cào trong ngun ngút đam mê?
\- Yêu có phải là cứ mãi cho đi,
Không cần biết sẽ được gì trở lại?

Trẫm trần trụi Ái Khanh đừng sợ hãi!
Bởi người nghèo cũng vẫn có ước mơ?
Giản dị thôi xin nàng chớ thờ ơ,
Đừng quay mặt khi khát khao rực cháy.

Ái Khanh ơi! Trẫm yêu nàng biết mấy,
Từng phân vuông da thịt bốc lửa rồi!
Hồn dâng cao theo cung bậc mây trôi,
Rồi chìm đắm trong biển khơi hạnh phúc.

05/16/17

TRẦN TỤC

Anh mãi vẫn là con người trần tục,
Lấy dục tình làm vui thú bên em.
Ghế cao thượng dù ở sát cạnh bên,
Nhưng mãi mãi chưa bao giờ với tới.

Tội lỗi cùng anh mặc vào bóng tối,
Cứ dập dìu lôi kéo mãi không tha.
Trần truồng, khát vọng pha lẫn trăng hoa,
Chắp đôi cánh cho tình yêu bay bổng.

Nguyền rủa đi một cuộc đời phóng túng,
Và rẻ khinh những mơ mộng tầm thường?
Trời sẽ buồn khi lá rụng cuối đường,
Vắng bóng người ngập ngừng bên song cửa?

Một bữa quên là một ngày mục rữa,
Họa Mi chẳng về bên cửa hót chơi?
Hoa tàn phai héo úa ở bên trời,
Con suối sẽ ngậm ngùi thôi róc rách?

Ai đã bảo nhớ nhau để xa cách,
Thèm thi vị trang sách của tình yêu?
Ai nói yêu là không cần thiết nhiều,
Nhìn một chút thế cũng là quá đủ?

Đã yêu nhau đừng ngại gì mới cũ,
Vẫn nguyên si dòng máu đỏ trong tim.
Anh mãi cứ là dục vọng bóng đêm,
Và em mãi gió hôn thềm cửa kính?

Nhìn nhau đi thôi buồn vui toan tính,
Để một người say tỉnh tỉnh lại say!
Ngỡ vòng tay đã xiết chặt đêm nay,
Lại tình cờ loay hoay rồi thất lạc!

09/11/18

BỀNH BỒNG VẠT NẮNG

Tôi cứ muốn ôm lòng ngày thứ sáu,
Để nắng vàng tuôn chảy khắp châu thân.
Nhẹ nhàng len ve vuốt rất ân cần,
Như mười ngón tay em thơm mùi Cốm.

Tôi lăn xuống giùng giằng trên cỏ đốm,
Những cánh hồng tươi thắm đỏ môi em.
Lòng đắm say ngây ngất rất ngoan hiền,
Chút thẹn thùng của tình yêu mới chớm..!

Sao yêu quá đôi má hồng gợi cảm,
Nắng vo tròn hôn ướt cả bờ môi!
Vạt nắng len mái tóc chẻ đường ngôi,
Cánh bướm lượn chở tâm hồn thơ thẩn!

Nắng bát ngát. Nắng thập thò, quanh quẩn...
Nắng ngạt ngào vén vạt áo vàng mơ.
Nắng ru tôi bằng hơi thở mong chờ,
Nắng nũng nịu ngã vào lòng chờ đợi..!

Hồn tôi đây em cứ ghì chặt mãi,
Cho mặn nồng ân ái xác thân tôi!
Em với tôi hai người chỉ một thôi,
Như giọt nắng chạm môi vào da thịt..!

06/18/20

THỔN THỨC

Sao bỗng nhiên lại thấy lòng khao khát,
Phút mặn mà của hương vị ái ân?
Có phải mùa Thu đem bóng tối gần,
Đem gió lạnh thổi vào hồn thổn thức?

Anh nhớ em không còn gì ngờ vực,
Nụ hôn nồng run rẩy của đôi môi!
Mùi tóc thơm hương Chùm Kết gọi mời,
Cái nũng nịu làm ửng hồng đôi má!

Anh yêu lắm ánh mắt nhìn lơi lả,
Bờ vai tròn nho nhỏ dáng Tiên Nga.
Những ngu ngơ âm ấm của thịt da,
Đang đốt cháy một linh hồn mê muội.

Bờ vai anh em yên lòng tựa gối,
Áp kề tai vào lồng ngực xôn xao.
Em nghe không những âm điệu ngọt ngào,
Cuồn cuộn chảy cùng khát khao ngây ngất?

Trong khoảnh khắc mình như tan biến mất,
Vào không gian bát ngát ở trên cao.
Cùng phiêu du với sóng biển dạt dào,
Nhấp nhô mãi trong tuyệt vời hạnh phúc.

Cứ im lặng nghe tiếng lòng rạo rực,
Nhè nhẹ đi như mật ngọt giăng tơ?
Ai hay đâu lẫn giữa thực và mơ...
Lắm cuồng nộ của mặn nồng ân ái..!

9/25/17

VƯỜN TÌNH

Anh chỉ có một con tim,
Tặng em không cần lấy lại.
Tình yêu đơm đầy hoa trái,
Em cứ hái cho vui lòng.

Tình như quả bóng căng phồng,
Em cầm chơi vòng phố chợ.
Cố nhẹ nhàng đừng làm vỡ,
Kẻo đời buồn lạc mất nhau?

Chuyện tình yêu như mưa mau,
Có lúc pha mầu nắng gắt.
Em sẽ hiểu trăm sự thật,
Trong tim anh rất ngọt ngào?

Hồn bay bổng vun vút cao,
Lời em chào vui rộn rã.
Cũng có lúc nhiều vất vã,
Khi vô tình bạc đãi nhau.

Khi hờ hững quả tim đau,
Anh âm thầm buồn ray rứt.
Lúc dối lòng em quay bước,
Tim sũng nước đổ lệ nhoà.

Vườn tình yêu rực cỏ hoa,
Xin thật thà em bước đến.
Anh trải lòng làm bờ bến,
Cho em vui lúc hẹn hò.

Em cứ đến ngay bây giờ,
Đừng chần chờ để lâu nhé!
Trái tim này thơm rất nhẹ,
Men ái tình ngầy ngật say.

03/08/21

LỜI TÌNH PHÔI PHA

Sao em đi mà không quay trở lại,
Để anh chờ mòn mỏi tháng năm trôi?
Lời hứa đầu môi chẳng lẽ vậy thôi,
Là yêu mãi nhưng là rồi quên đấy?

Em nơi nào còn nhớ về chốn ấy,
Thửa ban đầu em đã nói yêu anh!
Em bảo thời gian dù có trôi nhanh,
Em vẫn mãi làm người tình bé nhỏ!

Anh là thần tượng ngự trong giấc ngủ,
Ánh trăng đêm vỗ về lúc em buồn!
Bài thơ tình em hằng ghé môi hôn,
Thật nồng thắm trong hồn em cất giữ.

Em đến với anh từng ngày từng bữa,
Bỗng một hôm quên lời hứa mất rồi?
Chiều chậm trôi anh mãi ngóng đất trời,
Không nghe nữa lời tình trôi biền biệt.

Không gian hư ảo giờ thêm thống thiết,
Kéo nỗi buồn da diết xiết buồng tim .
Mất em rồi chỉ còn lại bóng đêm,
Và mình anh cùng căn phòng quạnh vắng.

07/31/20

GIỮ LẠI CHO NHAU

Nếu anh chẳng thể nào quên được em,
Tháng ngày hoa mộng êm đềm đã mất.
Thì xin giữ lại bao điều hạnh phúc,
Cho trái tim được thổn thức vì yêu.

Đã biết bao chiều một bóng liêu xiêu,
Cô đơn hiu quạnh vì yêu say đắm.
Hơi ấm còn đầy run bàn tay nắm,
Khát vọng ngập tràn ướt đẫm trong tim.

Đã nhiều lần hồn gởi theo bóng đêm,
Giọt sầu rơi lênh đênh cùng tiếng hát.
Đàn chim trời bay về đâu phiêu bạt,
Chở dùm đi cả nỗi nhớ mênh mông.

Em ở nơi nào có thấu cho chăng,
Ở nơi này vầng trăng đêm lạnh buốt.
Nắng nhẹ nhàng chẳng thể nào sánh được,
Hương thơm nồng nàn ấm áp bên em.

Ngày tháng trôi qua cảnh vắng im lìm,
Anh vẫn đi tìm men nồng ân ái.
Chiều chậm về cơn mưa mù giăng mãi,
Đã mất rồi sao lòng vẫn chưa quên.

02/27/21

HỤT HẪNG!

Có những buổi chiều đi rất vội,
Gió im hơi và cây cối buồn thiu,
Mây u ám như sắp rớt lưng đèo,
Nên người cũng buồn theo không hề biết?

Chắc đã vô tình em nào tha thiết,
Những tờ thư đã gởi mấy hôm rồi.
Giấy không đọng mực chỉ có hơi thôi,
Còn ở lại với những lời dang dở?

Tro đã tàn nhưng lò còn ấm lửa,
Rượu cạn bình thế mà vẫn nồng men.
Cuộc sống có thể thay đổi thói quen,
Nhưng thời gian khó xoá nhoà kỷ niệm?

Tình đã cũ sao lòng còn đau điếng,
Âm thầm tê dại một góc tâm hồn.
Hình ảnh tàn sao trí vẫn cố gom,
Đem ghép lại nhốt vào lòng thương nhớ?

Em có buồn không khi nhìn lá đổ,
Ngập căn phòng đang dở những tờ thư?
Bàn phím chơ vơ, chữ nghĩa lặng tờ...
Người đã đến, đi không hề báo trước?

Em còn nhớ những chiều mình chung bước,
Quán bên đường ngồi uống cà phê đen?
Cà phê không ngọt nhưng lại mắc ghiền,
Mùi da thịt mê mẩn triền giấc mộng?

Nên có buổi chiều tâm hồn hụt hẫng,
Người bên ni nhớ bên nớ vô cùng!
Thời gian trôi như sóng nước bềnh bồng,
Sầu lên mắt để lòng thêm tê tái!

02/20/20

CƠN MƯA CHIỀU

Mưa âm thầm đi qua thành phố,
Cho một người nhớ một người thêm.
Mưa bay nghiêng qua thềm tháp cổ,
Như mũi tên vừa xuyên vào tim.

Mưa rơi êm đềm trên mái ngói,
Lòng nghe nhức nhối buốt cơn đau.
Ngày xưa mình yêu nhau quá vội,
Cơn mưa chiều chia lối về đâu.

Mưa nhạt nhoà tan vào đêm tối.
Đôi môi mềm mang tội A Dong.
Mười phím ngà bàn tay bối rối,
Đan vào nhau đời vẫn long đong.

Mưa bềnh bồng chiều đông buốt giá,
Hồn tả tơi thương quá một người.
Gió vi vu hàng cây lơi lả,
Những giọt buồn lả chả tuôn rơi.

Mưa thầm thì ngàn khơi vang vọng,
Làm tâm tư trống vắng khôn nguôi.
Lẩn trong mưa nụ cười thấp thoáng,
Dáng một người theo áng mây trôi.

01/29/21

NỬA CHIỀU ĐÔNG

Nửa chiều Đông mặt trời còn ngái ngủ,
Nên anh buồn sầu cũng rủ về thăm.
Nỗi buồn vắt ngang khoé mắt tím bầm,
Làm râu mọc rậm rì đến ngang ngạnh?

Gió lùa mây nên trời làm mưa tạnh,
Tình chẳng khô vẫn ướt đẫm quanh năm.
Môi chạm ngọt như vết cứa dao đâm,
Nên sống mãi một nửa đời câm nín.

Nửa chiều về cớ sao lòng bịn rịn,
Nhớ thương nhiều giăng kín cả đêm thâu.
Phố chưa lên màu đã rạo rực từ lâu,
Trời cởi áo gục đầu vào đất ấm.

Đất với trời giao hoan giống người lắm,
Sét âm ì mồ hôi thấm màn đêm.
Như chúng mình chỉ gần một chút thêm,
Là phực cháy mảnh hình hài bé nhỏ?

Em có về trong chiều Đông phố lạ,
Mang dùm anh một vạt nắng bên thềm .
Nắng thơm tho mùi rơm rạ quê em,
Để anh sưởi đêm mùa Đông băng giá?

01/08/20

LỜI THƠ TÌNH TRÊN TUYẾT TRẮNG

Hôm nao lạnh tuyết đong đầy trên lá,
Anh dìu em đi thơ thẩn trong rừng.
Tay đan tay nghe nhịp thở thật gần,
Và hơi ấm. Chao ơi! Chừng nóng hổi!

Em nũng nịu đôi mắt buồn quá tội?
Tuyết vương đầy hoa tóc rối đẹp sao!
Anh khe khẽ gọi tiếng gió thì thào,
Năn nỉ đó! Thôi em đừng hờn nhé!

Hai đứa cười vạt nắng vàng rơi nhẹ,
Xào xạc dưới chân cánh lá vỡ êm.
Bàn tay vu bơ vẽ nét thân quen,
Lên tuyết trắng hình chúng mình ngộ nghỉnh.

Em luýnh quýnh mắt đen tròn lóng lánh,
Anh thầm thì lời kinh thánh trầm bay!
Mình hai đứa như lạc chốn cung mây,
Ngây ngây dại trên bờ môi nồng ấm!

Ngày đông trôi và tình giờ xa lắm,
Em có còn hay nũng nịu hờn không?
Chiều đông sang ai đốt bếp than hồng,
Để sưởi ấm lòng em khi giá lạnh?

12/03/17

TIỄN NGƯỜI VỀ CÕI RONG CHƠI

Đêm sâu sầu rơi chất ngất,
Tiếng lòng dìu dặt buông lơi.
Tôi ngồi ngắm bóng hình tôi,
Nhạt nhoà mờ soi trên vách.

Đêm hoang bóng người đã khuất,
Còn lại một chút hương thôi.
Tôi buồn xót tình mồ côi,
Nỗi đau sầu tuôn khoé mắt.

Đèn vàng chập chờn vụt tắt,
Phố khuya vắng ngắt ơ hờ.
Bao năm tưởng tình đã chết,
Ai ngờ chưa dứt đường tơ!

Người về bơ vơ phương ấy,
Tôi đi ôm lấy u hoài.
Mười năm tìm nhau không thấy,
Lạc loài mỏi cánh chim côi.

Đêm sâu chén sầu chếnh choáng,
Dật dờ hồn mãi nổi trôi.
Thấy người hiện về thấp thoáng,
Ngọt ngào còn thoảng trên môi.

Đêm rơi xuống đời thanh thản,
Tôi ngồi thả buồn chơi vơi.
Dĩ vãng đã tàn tro bụi,
Tiễn người về cõi rong chơi.

10/25/20

XOÁ DẤU ÂN TÌNH

Thôi em nhé xin đừng mong chi nữa,
Những mặn nồng ân ái tối hôm qua.
Chuyện ngày xưa trả lại hết trăng hoa,
Để vườn cũ được chan hoà ánh nắng.

Lòng khép cửa xin em đừng cố gắng,
Gõ làm gì vào khoảng trống bao la?
Tờ thư cũ phực lửa đốt ra tro,
Để kỷ niệm dật dờ trôi cho hết?

Biết yêu nhau chẳng đoạn tình cũng chết,
Mong làm gì cho tan nát lòng thêm?
Em muôn đời tha thiết nỗi niềm riêng,
Anh mãi cứ nặng hành trang phiêu lảng?

Một lần thôi đủ cho đời chếnh váng?
Thuyền ngả nghiêng, lòng đá tảng vỡ toang?
Một lần thôi mình chạm cửa thiên đàng?
Một lần thôi bàng hoàng trong địa ngục?

Thôi em nhé còn gì mà khóc lóc,
Hãy quên đi một bi kịch tình yêu?
Facebook có nối được những cô liêu,
Nhưng hạnh phúc cuộc đời không thể kết?

Mai gặp lại hãy vui như ngày Tết,
Với cuộc đời hoa trái ngọt thơm tho!
Cùng vươn lên trong ánh mai chan hoà,
Của một tình bạn bao la tuyệt mỹ!???

05/01/18

XOÁ DẤU ÂN TÌNH II

Cuối cùng chỉ còn lại mình anh,
Với con đường nằm im ngóng đợi?
Tiếng chân khua những đêm lầy lội,
Mảnh tình buồn tơi tả đằng sau?

Đêm vội qua thoáng mùi hoa Ngâu,
Ly rượu chát đọng sầu đáy cốc .
Lời mật ngọt hôm qua mời mọc,
Hôm nay thành độc dược em ơi!

Biết nói gì cho bớt đơn côi,
Giữa cuộc đời thật nhiều trống trải .
Tình không trọn để lòng hấp hối,
Yêu dở dang mãi mãi mặn nồng!

Vạn lần có em hãy nói không,
Trăm lần không anh luôn nói có?
Cuộc tình nào chẳng nhiều trăn trở,
Lắm khát khao, rạn vỡ không em?

Thà cứ hận để nhớ nhau thêm,
Hơn hạnh phúc êm đềm hư ảo?
Đêm độc hành vùi trong mưa bảo,
Nợ ân tình nặng áo phong sương?

08/22/19

TẠ LỖI

Anh luôn bảo lỗi nào phải tại em,
Đem nhung nhớ, hờn ghen vào giấc ngủ?
Mắt đăm đắm mong ai ngoài cửa sổ,
Mưa sụt sùi giọt sầu nhỏ tim côi!

Anh vẫn bảo khi yêu một mình thôi,
Là đem trọn cả một thời xuân trẻ,
Dâng một người chẳng mong gì đáp kể,
Để gánh thiệt thòi, đau khổ, trái ngang..?

Anh cứ bảo tất cả đã lỡ làng,
Cổng Thiên Đàng đã một đời khép kín?
Dù yêu lắm cũng không thể ước nguyện,
Chuyện đôi mình sẽ hạnh phúc được đâu?

Em cuồng si lao mình nhận khổ đau,
Thật khờ khạo khi yêu anh tha thiết?
Em mãi bảo yêu anh dù có chết,
Vẫn yên lòng ôm một khối tương tư!

Đừng! Em ơi! Anh chẳng thể hững hờ,
Nhìn một người bơ phờ ngồi gánh tội.
Anh van em xin một lời tạ lỗi,
Bởi chuyến tàu đã lỗi hẹn từ lâu.

Khóc đi em cho một mối tình sầu,
Nhiều oan trái nặng hai đầu nỗi nhớ!
Một người về ở nơi xa xăm đó,
Kẻ trông vời lòng nức nở bơ vơ!

Bao đêm lệ chẳng hong khô,
Ai người lẻ bóng hồn thơ võ vàng?
Yêu chi cho lắm phủ phàng,
Nhịp cầu Ô Thước bẻ bàng chia đôi!

11/27/17

THÀ NHƯ THẾ...

Thà một lần xin đốt nén hương thơm,
Để cơn gió mang đi buồn u uất?
Khói phảng phất bay cao thoát trần tục,
Tình cúi đầu mặc niệm phút chia xa!

Thà một lần bên nhau rất ngu ngơ,
Môi ngọt lịm những dại khờ vụng dại!
Thịt da bốc khói tan theo ân ái,
Mình theo nhau mãi vào cõi hư vô!

Thà một lần xin cho những vần thơ,
Được bắc nhịp cầu mùa Ngâu Ô Thước?
Khâu vá lại giữ trọn lời nguyện ước,
Cho hai mảnh tim hồng được đập chung!

Thà một lần trời đất sẽ vỡ tung,
Chúa hiện ra oai nghiêm ngày phán xét!
Hai linh hồn quỳ bên nhau sướt mướt,
Giữa cõi đời nuối tiếc chuyện nợ duyên?

Thà một lần lệ đẫm nát con tim,
Để nỗi đau nhấn chìm xong số kiếp!
Hồn lìa thân, xác vô tình không biết,
Nỗi ngậm ngùi oan nghiệt của yêu đương!

12/08/19

CẤT LẠI NỖI BUỒN

Tôi lỡ dại mang nỗi buồn ra xếp,
Thấy đâu chừng nét đẹp đã tàn phai?
Tảng rong rêu chồng chất lắm u hoài,
Bước trơn trượt ngã nhoài còn nhức nhối!

Nợ gì nhau mà nhịp cầu mong đợi,
Hai tâm hồn nối mãi vẫn chưa xong?
Thủa mới yêu em nói ước mộng lòng,
Được bên nhau cùng thoả tình thương mến?

Khi tình bén là lúc tim cũng nghẹn,
Bởi những lời hẹn ước chẳng bền lâu?
Vì tại đâu những khi mình bên nhau,
Mối tình đầu ngây thơ lại lịm chết?

Người đã xa nhưng tình nào đâu hết,
Cơn bão lòng vẫn rét buốt niềm đau!
Chuyến xe đời chở mãi chẳng vơi sầu,
Trời nhỏ lệ giọt mưa ngâu trên tóc!

Phương trời ấy còn ai thường hay khóc,
Chép vần thơ chôn vào góc tim hồng?
Tôi lỡ dại nên buông buồn không xong,
Cùng năm tháng ôm cõi lòng tan vỡ!

11/25/19

ĐÊM THỨ SÁU

Không có em thứ Sáu này tội lắm,
Linh hồn anh sẽ thổn thức cả đêm.
Ly rượu nồng uống cạn đắng môi mềm,
Vầng trăng sáng không còn ai lơi lả?

Không có em tình anh thành núi lở,
Nứt bốn bề hun hút xuống ngục sâu.
Diêm Vương dữ dằn hỏi - Anh đi đâu?
Anh sẽ bảo - Thiếu em nên anh chết!

Không có em phòng khuya lạnh lùng rét,
Thịt da anh không có kẻ gọi mời .
Môi điên cuồng tìm tiếng thở thơm hơi,
Tay chân thừa thải không còn hơi ấm .

Không có em đèn mờ vô duyên lắm,
Hiu hắt dật dờ như một bóng ma.
"Chăn nệm ấm chỉ quấn một mình ta,
Buồn thảm lắm cả một đêm thứ Sáu "?

Không có em đất giận trời nói xấu,
Bởi thiếu em mà đêm mất linh hồn?
Đời vắng em còn gì vô vị hơn,
Đêm thứ Sáu trần truồng rất tội nghiệp?

06/19/20

LỠ LÀNG

Thôi hết rồi em! Đã hết rồi!
Còn gì mà dệt mộng chung đôi?
Tôi chẳng là tôi của tôi nữa,
Mà đã là tôi của một người.

Em hãy về đi xây mộng đời,
Bên người yêu dấu để vui cười.
Ngày xuân thấm thoát qua khung cửa,
Đến lúc hiểu ra đã lỡ rồi?

Người ấy sẽ không. Chẳng biết đâu?
Lo chi. Buồn lắm lại thêm sầu!
Tháng ngày âu yếm bên chồng mới,
Tình cũ đôi ta sẽ nhạt màu?

Em đừng lo chi. Nghĩ ngợi gì?
Mặc tôi. Tôi chán. Kệ tôi đi?
Rượu nồng tôi uống cho cạn chén.
Mừng em. Em vui bước vu qui!

Thôi thế từ đây đã lỡ làng,
Đường trần hai lối mộng không chung.
Vô tình nếu gặp thì xin cứ,
Chẳng biết nhau đâu hãy lạnh lùng?

11/02/17

CÁNH GIÓ MÂY BAY

Ai bảo em là mây,
Bay đi đây đi đó.
Để anh là cơn gió,
Theo mây suốt đêm ngày.

Thướt tha áo em bay,
Dịu dàng trong cánh gió.
Cho hồn anh mở ngõ,
Đón mây vào vòng tay.

Đôi má nào hây hây,
Ngất ngây hồn cơn gió.
Lời ca dao tình tứ,
Hương hoa Sứ nồng say.

Em cứ mãi là mây,
Bồng bềnh nghe gió hát.
Đêm ngày anh khao khát,
Gió quấn quít cùng mây.

Gió mơn man bàn tay,
Bình minh ngày vừa đến.
Hoa lung linh sương sớm,
Mây nhẹ nhàng bay bay.

Thiên định xui gió mây,
Bước Slow tình tứ.
Cùng vui đời lữ thứ,
Vũ Tango cuồng say,

Em cứ mãi là mây,
Cho anh là cơn gió.
Bốn mùa hồn bỡ ngỡ,
Tình yêu cứ đong đầy.

01/07/21

HƯƠNG ĐÊM HOA SỮA

Anh đến thăm em đêm Hà Nội,
Phố Nguyễn Du hoa Sữa thoảng thơm nồng,
Mãi thầm lặng mà như hiểu được lòng,
Hương hoa Sữa cứ mênh mang trong gió.

Vai kề vai nhưng đôi lòng xa quá,
Chung đường đi chẳng cùng một lối về?
Tay trong tay sao hồn vẫn lạnh tê,
Gió lê thê kéo về mùi hoa Sữa.

Hà Nội đêm nay không gian vụn vữa,
Phố đông người mà quạnh quẽ riêng ta!
Hoa Sữa nồng nàn trước phút chia xa,
Thêm khắc khoải hai tâm hồn đơn lạnh!

Năm cửa ô đèn vàng soi chóng vánh,
Tiếng còi tàu như xé nát tim gan!
Mắt nhìn nhau lệ chực ứa tuôn tràn,
Hoa Sữa rụng mênh mang màu trắng xoá .

Vĩnh biệt em một tình yêu nghiệt ngã,
Tháng năm dài vượt quá nỗi khổ đau.
Mai xa nhau làm hai trái tim đau,
Hương hoa Sữa mãi bền lâu thương nhớ!

Đêm Hanoi, tình yêu, và em...nữa,
Giết hồn anh máu bầm ứa một đời.
Hoa Sữa còn nồng mùi vị hôn môi,
Làm ngây ngất chỉ một người mới hiểu?

05/25/19

NGẬP NGỪNG

Muốn uống thêm một cốc rượu cay,
Lại sợ mình say không tỉnh trí?
Đã bao lần nhìn em bảo khẽ,
Hôn má hồng lại ngập ngừng thôi!

Chưa nắm tay lòng đã bồi hồi,
Tim đập mạnh như hồi trống lớp?
Cái vuốt ve tưởng là không khớp,
Lại lỡ làng chưa kịp ngẩn ngơ!

Có một lần trời thương tình cờ,
Phố đông người đôi bờ vai chạm.
Lấy can đảm hôn làn tóc chấm,
Lại ngập ngừng sợ lắm người trông!

Đã bao lần lòng muốn nói mong,
Nhưng ngôn ngữ e chừng ngần ngại?
Để đêm về hồn thêm trống trải,
Lại ngập ngừng chẳng biết yêu chưa?

11/02/17

CÀ PHÊ SÁNG

Chưa tỏ đã tìm ra hè phố,
Bâng khuâng nhớ mùi vị thân quen.
Ly cà phê sáng đen nho nhỏ,
Bốc khói tương tư ngõ hẻm quèn.

Phố vắng đèn vàng soi hiu hắt,
Nhà ai song sắt đóng im lìm?
Ngửa mặt thấy thèm cơn gió mát,
Thổi qua đường phố nhạt bóng đêm.

Cà phê từng giọt nhỏ tí tách,
Như tiếng sương rơi chạm lòng đường.
Quê nhà bỗng chừng sao xa cách,
Lẫn lộn quên nhớ với thương thương?

Cà phê uống không đường nên đắng,
Buồn tênh sợi tóc trắng vô duyên.
Ta ngồi đợi ai trong yên ắng,
Nghe bước chân quen gõ mặt thềm?

10/30/17

LỜI TÌNH CỦA SÓNG BIỂN

Anh đã viết chuyện tình lên cồn cát,
Chiều hoàng hôn hai đứa cạnh bên nhau.
Bài tình ca dạt dào trên sóng hát,
Như bắt đầu từ nỗi nhớ xôn xao?

Em có biết bài tình ca tha thiết,
Biển hát ru từ ngàn thủa xa xưa?
Nhạc trỗi lên trong hồn anh da diết,
Nỗi đam mê ào ạt lớp sóng đùa.

Em của anh tóc thề vương nắng nhạt,
Mắt trời xanh man mác lúc Thu sang.
Môi đỏ thắm hoa thơm đồi bát ngát,
Dạo hồn anh ngây ngất biển mênh mang.

Anh là sóng đùa vui cùng bãi cát,
Cát ôm lòng của sóng vượt trùng khơi.
Sóng cùng Cát đêm ngày nghe biển hát,
Tình hoà lời bát ngát ánh sao trời!

Cát cùng sóng theo thuỷ triều đi mãi,
Đến muôn nơi tận bến bãi bờ xa.
Tình muôn thủa đậm đà cùng ân ái,
Biển thầm thì chuyện thần thoại tình ta!

08/08/20

GIỌT ĐÊM RƠI

Anh chỉ muốn ôm màn đêm vào lòng,
Cho hơi ấm cuộn tròn trong mơ ước.
Lửa bập bùng làm đam mê thao thức,
Da thịt rạo rực thèm cái vuốt ve.

Ngọn đèn vàng ánh sáng rọi so le,
Những sợi tóc đen huyền buông óng mượt.
Cửa sổ mở nên ngọn gió khẽ lọt,
Quyển sách giả vờ mắc cỡ đi chơi.

Em chưa nói nhưng anh đã hiểu rồi,
Cái nháy mắt làm rơi rụng chiếc lá.
Ngụm cà phê đen đêm nay ngọt quá,
Chẳng bỏ đường mà đã cái liếm môi.

Đêm chòng chành, hụt hẫng, lúc chơi vơi...
Trời lơi lả khom người ôm hạnh phúc.
Ánh nến mập mờ lúc lu lúc phực,
Nhỏ giọt sáp tròn lăn nhẹ xuống chân.

Vườn địa đàng mở cửa đón mùa Xuân,
Em, anh làm chứng nhân của vũ trụ.
Trong đêm khuya có đôi nhân tình cũ,
Quấn vào nhau như tự thủa mới yêu!

02/18/21

MỘT CHÚT GẦN NHAU

Anh đã bảo yêu là gần một chút,
Như Đông chưa tàn Xuân vội đã sang.
Để đôi mình dìu nhau tới Thiên Đàng,
Hai tâm hồn lảng mạn được bay bổng.

Yêu phải sống cho no đầy cõi mộng,
Thương thật nhiều lấp trống trải bơ vơ.
Lúc nhớ nhau thì xin chớ hững hờ,
Gởi theo gió lời thơ tình bát ngát.

Anh thèm khát những lời yêu tha thiết,
Trên môi em cuồng nhiệt với khát khao.
Mười ngón tay dịu dàng và thanh tao,
Em trau chuốt cả trời cao ngây ngất.

Tình cho nhau như chạm vàng khắc ngọc,
Biển cuồng say con sóng vỗ bạc đầu.
Thịt da đau từng khoảnh khắc bên nhau,
Hồn đắm đuối trên cung sầu mê muội.

Đêm chưa sang mà chiều tàn tội lỗi,
Hơi thở nồng nàn đã vội tìm nhau.
Yêu một lần cho đến mãi kiếp sau,
Còn quay quắt vạn cổ sầu nhung nhớ.

01/18/21

BÁN TÌNH TÔI

Tôi có chút tình yêu nồng thắm,
Đem rao bán dạo tìm kẻ mua.
Tình tôi như hoa nở giữa mùa,
Là trái ngọt đậm đà hương sắc.

Tình tôi bán bằng lòng chân thật,
Chẳng bạc vàng, gấm vóc...cao sang.
Người vui chơi xin chớ vội vàng,
Để sầu đọng tim tôi nức nở.

Hồn tôi đây xin người ấp ủ,
Xin nâng niu vỗ về tháng năm.
Cho hạnh phúc phủ kín châu thân,
Là nệm ấm xoá tan đơn lạnh.

Yêu tôi nhé dẫu đời hiu quạnh,
Dù gian nan hay lắm khó khăn?
Yêu tôi mãi tận cùng xa xăm,
Trong thăm thẳm ngút ngàn khao khát?

Tôi sợ lắm những chiều nắng nhạt,
Ngắm hoa rơi lác đác bên đồi.
Tôi sợ rồi đêm tối không hơi,
Hồn thao thức sống cùng dư ảnh.

(Trời ơi! Đã bao nhiêu đêm lạnh,
Lòng tôi đau trong nỗi đọa đầy.
Lấy nụ cười vùi lấp đắng cay,
Chôn khát vọng cuồng si vào huyệt)

Đừng nhìn tôi như hành khất nhé!
Tôi chẳng xin thương hại xót xa!
Nếu yêu tôi xin làm cánh hoa,
Tôi ép mãi trong hồn đang dở.

10/01/17

CÀ PHÊ CÔ ĐƠN

Cà phê góc phố không bạn đợi,
Ta với mình ta một chỗ ngồi .
Buổi sáng mùa hè cơn gió thổi,
Lao xao phượng tím rụng quanh đồi.

Tháng sáu thất tình trời se lạnh,
Quẳng đám mây đen xuống cuộc đời.
Em giận gì ta mà né tránh,
Để buồn tơi tả phố không người?

Ngoài song cửa mưa sụt sùi nhỏ,
Lẩn trong cành lấp ló đôi chim.
Lòng biếng nhau rồi thôi dòm ngó,
iPhone bỏ dở chẳng thèm nhìn .

Ta quen uống hoài một chất đắng,
Đặc quánh như khuya phố không đèn.
Như ngày lỡ hẹn, đêm thức trắng,
Nhớ ai mà rượu lại dậy men?

Em cứ bỏ ta đừng quay lại,
Giận đời ta cũng cóc cần ai!
Vờ vĩnh muôn đời là con gái,
Lầm lì ta vẫn cứ con trai!

...Ừ thôi mặc kệ đời vui nhộn,
Ta vẫn mình ta một chỗ ngồi .
Trăm năm em có mang dao nhọn,
Về xéo tim ta cũng thế thôi!

Lòng nát yêu rồi nên hoá đá,
Em đã giận ta thì cứ đi .
Ta chẳng còn gì để níu vá,
Ngoài một con tim máu đen xì!

06/06/19

CÒN THẮM NỤ HÔN

Chiều nay ở lại Bến Thành,
Nhớ gió lạnh hồ Hoàn Kiếm.
Lao xao đĩ điếm vây quanh,
Chát đắng mối tình kỷ niệm!

Hà Nội ngày ấy hơi cốm,
Ấm bàn tay hai đứa yêu.
Phượng đỏ thắm tình vừa chớm,
Đàn Sâm Cầm nghiêng bóng chiều.

Đánh mất một thời trẻ dại,
Đền nhau lại hết yêu thương.
Qua rồi dòng sông ân ái,
Hà Nội hoa sữa thơm vương.

Em về thương căn gác nhỏ,
Anh đi cỏ úa hồ Gươm.
Saigon ở một đầu nhớ,
Hà Nội thao thức miên trường?

Đêm nay Saigon bóng đổ,
Nằm nghe xe cộ dập dồn.
Ai có về phương trời đó,
Xin cho tôi gởi nụ hôn!

02/01/18

HƯƠNG LÒNG

Nhớ hôm trước con về thăm Mẹ
Viếng mộ Thầy ngày lễ đầu năm
Mẹ, con ...khấn nguyện lâm râm
Cầu xin Thiên Chúa xoá phần tội nhân.

Khói hương trầm quyện làn gió sớm,
Thoáng mây đưa vươn lượn trời cao.
Lộc Lâm một buổi tương tao,
Cạnh Thầy, bên Mẹ, bên nào cháu con.

Lòng u uất chẳng còn kể xiết,
Hồn nghẹn ngào đau xót dạ con.
Hôm đi Thầy vẫn ôn tồn,
Mà nay về đến Thầy hồn xa xăm.

Mẹ héo hắt thân gầy tóc bạc,
Mắt lệ mờ chân bước run run.
Trải bao dâu bể dập dồn,
Gia đình tan tác, con còn bôn ba.

Tưởng Mẹ con mãi là gần gũi,
Phút tương phùng bao nỗi hàn huyên.
Ngờ đâu một sớm mai lên,
Mẹ ơi! Mẹ hỡi. Mẹ yên ngủ rồi.

Con xa Mẹ thêm vời nỗi nhớ.
Con khóc Mẹ lệ nhỏ mồ côi.
Mẹ ơi! Mẹ đã xa đời,
Vầng trăng khuất núi, đất trời bơ vơ.

Người bao tuổi trẻ thơ thành nhớn?
Mất Mẹ rồi. Con lớn được sao?
Dù công danh toại thế nào,
Đời mà thiếu Mẹ xôn xao nỗi buồn.

Sáng nay bỗng mưa tuôn ủy dột,
Chốn quê người con đốt nén hương.
Rưng rưng giòng lệ chảy tuôn,
Nhạt nhoà bóng Mẹ khói vương mịt mờ.

Con chắp tay khấn nhờ ơn Chúa,
Ngài thương tình ân xoá tội nhơ.
Nguyện xin ơn Chúa vô bờ,
Rũ tình thương đến linh hồn Maria.

(Ngày giỗ Mẹ - Phố Biển, July 24th 2016)

KHI TA NGỦ NƯỚC NON KHÔNG NGỦ!

Khi ta ngủ nước non mình không ngủ,
Sông núi trở mình thao thức quặn đau!
Rừng trụi lơ tiếng chim gọi bạn sầu,
Sông biển khóc từng đêm thâu rền rĩ!

Khi mình chợp mắt người khác ứa lệ,
Cố nuốt nhọc nhằn đau khổ vào tim!
Mẹ già ngậm ngùi trông con từng đêm,
Đem sức mạnh góp thêm phần giữ nước.

Khi say giấc biết bao kẻ nhu nhược,
Cõng giặc vào nhà hèn hạ phèng loa.
Chúng bán quê hương gia sản Ông Cha,
Để đánh đổi chút gấm hoa danh vọng.

Mãi say giấc là tương lai mất trắng,
Giặc tàu trong ngoài đã sẵn vây quanh.
Chúng cướp biển, đảo, giết cả dân lành,
Đang tung hoành đồng hoá dòng Lạc Việt!

Ngủ mãi sao cho đến khi mất hết,
Vợ xa chồng đàn con dại lang thang?
Nhà bị cướp đi kiện cáo dân oan,
Hay nghẹn ngào sống trong vòng nô lệ?

Khi ta ngủ thời gian không chậm trễ,
Bốn mùa trôi trăn trở vẫn thở đều!
Tổ Quốc trở mình gọi đứa con yêu,
Hãy tĩnh thức trước họa diệt vong quốc!

10/16/19

O CÓ VỀ NGOÀI NỚ!

Tết năm ni O có về ngoài nớ,
Xin thắp hộ anh một nén hương lòng!
Khấn Ông Bà, Cha Mạ cùng họ hàng,
Đã gục ngã đêm Xuân sang thuở trước!

Năm mươi năm Huế vẫn buồn ủ dột,
Mỗi Xuân về lại trắng xoá khăn tang.
Nụ Mai vàng còn loang máu Kim Long,
Tiếng mõ gõ chùa Vàng thêm nức nở!

Mậu Thân sáu tám, ai pha máu đỏ,
Để vẩn đục dòng sóng nước Hương Giang?
Câu hò mái đẩy tức tưởi hận vang,
Bao hố sâu chôn sống người tập thể.

Về qua Bãi Dâu, Long Thọ, An Hoá...
Khe Đá Mài...tạ tội với vong linh!
Ai đang tâm làm non nước điêu linh,
Dân Việt mình mãi trầm luân khốn khó?

O nớ ơi! Năm mươi năm rồi đó,
Mậu Tuất này Mạ chắc đã già nua?
Nước mắt đâu còn mà khóc sớm trưa,
Thương đàn con khờ khạo chưa khôn lớn?

Nén hương lòng quyện theo cùng gió sớm,
Kính hồn linh vong hiển của bao người..!
Tết O về! Gởi về Huế thương ơi!
Một niềm tin cả đời không đánh mất?

O nớ ơi! Mùa Xuân của trời đất!
Xuân của mình chính thật là quê hương
Khi Tổ Quốc dân quyền rộ muôn phương
Tự Do đến thênh thang Nam chí Bắc!

O nớ ơi! Mùa Xuân về rồi...thật!

01/03/2018

TRỞ VỀ CHỐN XƯA

Tôi chết lặng đứng trước khu vườn hoang,
Nhưng chứa đựng cả muôn vàn thương nhớ!
Ngày ra đi nơi này căn nhà nhỏ,
Giờ trở về tất cả thành hư vô!

Chẳng còn ai chỉ có tiếng lá khô,
Xao xác gọi dật dờ trong hư ảo!
Qua bờ giậu tôi trông thấy bóng áo,
Mẹ tôi ngồi đang vo gạo bên hè!

Tôi nghe cả tiếng gà cục tác trưa,
Tiếng chó sủa vẳng đưa khi người đến!
Tiếng Thầy tôi vồn vã chào hàng xóm,
Tiếng cười dòn rôm rả động không gian!

Gạo mới thơm bữa cơm chiều tỏa lan,
Bao hạnh phúc bàng bạc trong thương nhớ!
Tình yêu trộn lẫn vào sự vất vả ,
Treo mảnh trăng quê óng ả đêm rằm!

Trong thoáng chốc lòng như có dao đâm,
Ai đã cướp đi tình thâm nghĩa cũ?
Vẳng đâu đây thoang thoảng trong tiếng gió ,
Tiếng bao người đang vẫy gọi hàn huyên!

Mảnh vườn xưa vẫn yên ắng bình yên ,
Gốc Mít, cây Xoài... già nua còm rũ!
Ai có hay một người xa biệt xứ,
Đứng bùi ngùi lệ chảy ngược vào tim!

(Lần cuối về thăm Bàu Cá)
03/04/19

THƯƠNG

Thương em tôi ở một phía chân trời,
Đêm thao thức chẳng tròn giấc ngủ?
Chốn quê nghèo giờ đang mùa nước lũ,
Đường biến thành sông, xóm biến thành đồng?

Em nhỏ bé giữa biển nước mênh mông,
Chẳng giữ được mái tranh nghèo dột nát.
Chút tài sản cả một đời ky cóp,
Cũng lềnh bềnh theo con nước tan hoang?

Trời trên cao mãi bận giữ địa đàng,
Giao phó loài người cai quản mặt đất?
Người ngu dốt nên muôn đời phá phách,
Đào núi, chặt rừng, lấp trũng, bồi cao...?

Bão lụt thiên nhiên từ muôn thủa nào,
Vẫn cuồng nộ như một loài quỉ dữ?
Phố phường kế hoạch, địa dư hiểu đủ...
Sẽ tránh được nhiều nhân hoạ tai ương?

Rồi mai đây khi nước rút cạn đường,
Xã hội phơi bày biết bao thối nát...?
Bát cơm chim dành cho người bi đát,
Lại lấp đầy giếng biệt phủ cao sang?

Chẳng còn gì ngoài tình cảm láng giềng
"Chùm lá rách mãi đùm chùm lá nát"?
Việt Nam tôi: Người dân thì chân chất,
Chỉ chính quyền thật đốn mạt lưu manh?

10/11/17

NGÀY CÁC ANH TRỞ VỀ!

Ngày các anh về đã hết chiến tranh,
Nhưng quê hương Mẹ bây giờ đổi khác!
Các anh về một ngày Thu tan tác,
Lá vàng rơi rơi dẫm nát hồn người!

Các anh về đến một nơi xa xôi,
Mà ngày lên đường không thể nghĩ tới?
Nước Việt Nam đã một thời bão nổi,
Tên các anh ghi trang sử hào hùng.

Anh cùng đồng đội trở về trong thùng,
Trên một chiếc phi cơ C17.
Nắm xương tàn được viết vào trang giấy,
Tám mươi mốt binh sĩ Việt Nam Cộng Hoà!

Bao nghĩa tình chen nước mắt chan hoà,
Các anh trở về không ngờ như thế?
Các anh về yên nghĩ trên đất Mỹ,
Trong bàn tay nhân ái của con người!

Chẳng phải đất Mẹ nhưng dưới bầu trời,
Của Tự Do, Công Bình và Dân Chủ .
Các anh về hồn nam nhi chi khí ,
Nợ núi sông còn ủ ấp trong lòng!

Đón các anh trong vòng tay ấm nồng,
Của người Việt Nam lưu vong đất khách .
Khói hương thơm tiễn các anh về đất,
Khí phách hồn thiêng phảng phất bầu trời!

Tạm biệt các anh những chiến sĩ rạng ngời,
Đã một thời oai hùng ghi trang sử!
Lịch sử Việt Nam muôn đời sáng tỏ,
Yêu chuộng Tự Do, Độc Lập, Hoà Bình!

09/17/19

VƯỢT BÃO O VỀ ĐẠI NỘI

Chiều O nớ có về qua Đại Nội,
Lội mần răng đừng để áo lấm lem?
Đời đã lấm mà áo lại rách tươm,
Thì buồn lắm. O ơi! lòng buồn lắm!

Lũ tràn về quét đi nhiều hoa gấm,
Tủi một đời Cha Mạ đã nhọc công.
O nớ ơi! Đời rách còn tấm lòng,
Nếu lòng rách thì người không lớn nổi?

Lưng gồng gánh thế hệ cong đến tội,
Huế như ri thì người lội đi mô?
Đất Sài thành lũ lúc tạnh lúc khô,
Cùng Hanoi tiền đồ đang đánh mất?

Tổ quốc chênh vênh người đi khất thực,
Sống lạc loài trên vực thẳm trần gian.
Dân ốm o ăn bánh vẽ mê man,
Đùm lá rách ôm choàng đùm lá nát!

O nớ ơi! Rừng về nhà quan thật,
Nên đất buồn theo quách kẻ phú thương.
Nhà quan cao tránh được lụt tứ phương,
Thuỷ điện xã lũ trăm đường dân chết .

Dân mình không phước nên nghèo mải miết,
Chúa và Phật cũng ngoảnh mặt làm ngơ?
Thiên thần trên cao nhìn kẻ khù khờ,
Xót phận số dật dờ trong gió bão!

O nớ đi thì xin hồn tỉnh táo,
Kẻo O không về tình sẽ ốm o.
Cúi lạy tượng đài cho cái quạt mo,
O che gió về Đại Nội O hỉ?

10/13/20

MỘT NỬA...

Một nửa vầng trăng rụng cuối trời,
Chôn vùi một nửa của hồn tôi!
Từ buổi biệt ly kinh kỳ ấy,
Ngậm ngùi thương nhớ mãi khôn nguôi!

Một nửa cuộc đời mãi trôi xa,
Phảng phất mùi rơm rạ quê nhà.
Một nửa đời bôn ba đất khách,
Mỏi cánh chim trời vượt phong ba?

Một nửa ngày đi lấp không đầy,
Một nửa đêm về lắm lất lây!
Một nửa bên này tìm bên ấy,
Nửa này nửa đấy chẳng thể khuây!

Một nửa hồn mãi cứ tấy đau,
Nhìn đâu cũng thấy lắm nỗi sầu.
Cứ tưởng thời gian qua cầu chảy,
Sẹo sẽ phai dần nào có đâu?

Một nửa mà chôn hết một đời,
Cuộc vui không trọn vẹn câu cười
Một nửa như ma chơi quỉ ám,
Làm người năm tháng mãi hụt hơi?

Phố biển, 11/22/19

HẬN THÁNG TƯ...

Em có còn thương trời tháng Tư,
Nắng cháy, mưa trôi... hết hiền từ?
Nên con người trở thành độc ác,
Nhìn nhau thù hận cả thiên thu?

Em có còn nhớ một mùa Xuân,
Những ngày binh lửa súng đạn gầm?
Vạn nẻo loạn ly người người chết,
Trần truồng hoa pháo nổ phơi thân?

Em có nhận ra những đổi thay,
Đẩy đưa phận số suốt đêm ngày?
Tương lai được viết trên khẩu hiệu,
Bốn mươi lăm năm vẫn trưng bầy?

Em có còn khóc được hay không,
Khi con tim hoá đá trong lòng?
Quê hương lạ lẫm từng nắm đất,
Là nơi em phải sống tạm nương?

Em có buồn không sao chẳng cười ,
Tàn phai nhan sắc ngấn lệ rơi.
Tháng Tư qua người thêm lần nữa,
Chít mảnh khăn tang dở cuộc đời?

04/30/20

NIỀM ĐAU

Con đường xưa có hàng lá Me bay,
Hàng cây già chắt chiu từng kỷ niệm.
Vô tình gặp sao lòng như cứ nghẹn,
Muốn nói gì mà chát đắng trên môi?

Ngày xưa đâu những lúc mình có đôi,
Tà áo tím tóc chẻ ngôi óng mượt?
Tựa vai nhau nồng nàn hương Bồ Kết,
Bay khắp trời ngây ngất cả ý thơ.

Thời gian trôi ánh mắt dẫu có mờ,
Nhưng đâu thể không nhận ra nhau nữa?
Vẫn nét mặt, khoé môi cười một thủa,
Sao bây giờ tàn úa cả mùa Thu?

Con đường cũ tên đã vào hư hô,
Phố phường có mối tình thơ cũng chết?
Chắc tim người nhiều lần đau mỏi mệt,
Đã dễ gì phôi nhạt chuyện hôm qua?

Cố nhân ơi! Hàng me vẫn la đà,
Dịu dàng mãi một âm vang thổn thức!
Tuổi hai mươi đã vụt bay qua mất,
Xa nhau rồi tim còn ngất nỗi đau!

05/21/20

TUỔI 19

Tuổi mười chín em làm nên lịch sử,
Mộng bao người đành dang dở vì em.
Nàng đến cuộc đời đổi cơn thế sự,
Tư duy thế kỷ cũng thay trắng đen.

Em mờ ảo như mây vần ý tưởng,
Thấp thoáng ẩn hiện khắp hướng mọi nơi.
Là người tình lả lơi của hải tướng,
Gây bảo giông chướng khí thoảng làn hơi.

Giữa thế giới em cười vang ngự trị,
Xô đổ tường thành của kẻ dại khờ.
Nàng khống chế đạo đức và thiện mỹ,
Phơi loã lồ những chân lý ngu ngơ.

Vắt cạn kiệt những cơ đồ tráng lệ,
Đẩy loài người chìm bể cả đau thương.
Xót thương tương lai của nhiều thế hệ,
Làm rơi lệ vần thơ những đêm trường.

COVID-19 là nàng phù thuỷ,
Con quỷ man rợ của cuộc đời anh.
Mang hung tính độc ác như thú dữ,
Thích làm tình vật vã kiếp nhân sinh.

Em mười chín đã làm nên lịch sử,
Cho loài người ngạo mạn phải lao đao.
Nỗi đau nào cũng cần một xuất xứ,
Để con tim ngơi nghỉ giấc về sau.

01/27/21

LẠI MỘT NGÀY BUỒN!

Đời tạm tù trong bốn bức tường,
Nghe đời sống vẫy vùng gào thét.
Ngày mới đến trông thật đáng ghét,
Toàn tin buồn giết hết niềm vui!

Một ngày nữa thêm nỗi bùi ngùi,
Mộng cuộc đời không còn bay bổng .
Nhìn nơi đâu cũng đầy trống rỗng,
Lặng tư bề ác mộng gớm ghê!

Mùa đại dịch cuộc sống ê chề,
Niềm tin mất não nề nhân thế?
Người nhìn người sao mà sợ quá ,
Tiếc với nhau cả một lời chào!

Suy tính gì trong lúc lao đao,
Biết được sao ngày mai còn đến?
Thương kiếp người trong cơn nguy biến,
Tựa một làn khói quyện thoáng qua!

Xin Thượng Đế thương kiếp người ta,
Thoát trầm luân khỏi vòng tục lụy!
Ngày mai đến với chân thiện mỹ,
Cho cuộc đời hạnh phúc đơm hoa!

03/23/20

VALENTINE NÀY VẮNG EM

Em yêu! Anh gởi tặng em,
Một trăm nụ hồng xinh xắn.
Một ngàn lời yêu nồng thắm,
Để em ôm chặt vào lòng.

Gởi tâm hồn em đang mong,
Mùi thịt da anh ngây dại.
Thoảng nồng PoLo khêu gợi,
Ánh mắt đa tình đến em.

Anh gởi theo nỗi khát thèm,
Được ôm em thật đắm đuối.
Bởi bao ngày xa vời vợi,
Hai đứa chẳng được gần nhau.

Mến tặng em cả đêm thâu,
Ánh đèn màu trong phòng vắng.
Nỗi khát khao của dục vọng,
Chỉ riêng em mới hiểu anh.

Anh gởi tất cả tâm tình,
Sưởi ấm lòng em buốt giá.
Cơn đại dịch đang tàn phá,
Cả cuộc đời hai chúng mình.

Lễ tình yêu này buồn tênh,
Hoa hồng đặt ngoài cửa sổ.
Nhớ anh đừng khóc nghe nhỏ!
Trời buồn mưa đổ mênh mang.

02/14/21

THĂM CON GÁI
TRONG MÙA ĐẠI DỊCH CÚM TÀU

Gần hai tháng con chẳng về thăm nhà,
Từ bữa COVID lan ra khắp chốn?
Phải cách ly để tránh cảnh khốn đốn,
Người lây người thì nguy hiểm vô cùng?

Lễ phục sinh nhà không còn tiệc mừng,
Vắng tiếng cười và cũng dừng họp mặt.
Hàng xóm chung quanh cũng không tiếng nhạc,
Tiếng trẻ đùa đi tìm trứng quanh vườn.

Nhớ thương con Ba Mẹ vượt đường trường,
Đến thăm con mĩm cười qua khung kính.
Hộp chả giò và khẩu trang ngộ nghĩnh...
Đặt trên đầu xe luýnh quýnh quá chừng!

Trông thấy con Ba Mẹ lòng thật mừng,
Cô ba bây giờ ra chừng chững chạc?
Tóc xoả bờ vai mắt buồn ngơ ngác,
Mọi người nhìn nhau đau xót khôn lường!

Cửa xe mở toan bước đến lại không,
Vì mọi người phải giữ chừng khoảng cách?
Muốn ôm con trong vòng tay thắm thiết,
Lại ngậm ngùi giữ cách biệt con ơi!

Phút gặp mặt bàng hoàng đến lệ rơi,
Con vào rồi Ba Mẹ ngồi vuốt mặt!
Thế giới ngột ngạt, người người phẫn uất,
Biết bao giờ mới thật được bình an?

Đường về nhà xa lộ rộng thênh thang,
Vì xã hội đã như đang ngừng thở!
Qua con phố vắng nghe tiếng chuông đổ,
Chúa sống lại rồi! Chúa ở cùng ta!

Lễ Phục Sinh 04/ 2020

MÌNH SẼ YÊU NHAU NHƯ THẾ NÀO?

Mình sẽ phải yêu nhau như thế nào,
Khi thế giới đang chìm vào tăm tối?
Người nhìn nhau lòng sao nhiều bối rối,
Hỏi tình yêu còn gian dối hay không?

Mình có còn chung số kiếp long đong,
Khi sự cách ly thay lời chào đón?
Làm sao chia sẻ yêu thương nồng thắm,
Trao ân tình bỏng cháy mãi về nhau?

Mình vẫn cùng chia chung một phố lầu,
Bầu trời có lá me bay thấp thoáng.
Ngày tháng chia xa chẳng hiểu vì đâu,
Để tâm hồn nhuốm men sầu cay đắng?

Ai đoán được điều gì trong đời sống,
Thế giới thay đổi như ngày hôm nay?
Tình yêu tuổi trẻ ngào ngạt đắm say,
Nhưng biết phải làm sao để bày tỏ?

Không còn hẹn hò bên nhau ghế đá,
Tay trong tay lơi lả một vòng ôm.
Anh phải làm sao trao em nụ hôn,
Khi em cúi mặt xa làn hơi ấm?

Ngày mai ra sao cho tình bền thắm,
Để chúng mình được dệt mộng cùng nhau?
Anh không biết phải yêu như thế nào,
Cho hạnh phúc ngọt ngào tình đôi lứa?

05/12/20

PHÂN VÂN...

Có hôn em xin hôn từ rún xuống,
Bởi bây giờ bệnh cúm chưa giảm đâu?
Kể từ hôm xã hội đã bắt đầu,
Mở cửa lại làm thêm rầu thúi ruột?

Đời tù tạm có ai mà tiếc nuối,
Nhưng ra đường cũng chẳng thấy gì vui?
Thèm bát phở vào quán thêm bùi ngùi,
Người thưa thớt làm nóng lòng tái thịt?

Từ bữa em đi làm vì cần thiết,
Mới thấm đòn COVID-19?
Mở cửa tiệm chỉ gánh nặng lụy phiền,
Người nhìn người cứ triền miên nghi ngại.

Thiếu sự an tâm nên mãi sợ hãi,
Mái ấm gia đình cũng nhạt niềm vui?
Hạnh phúc lứa đôi vắng bớt nụ cười,
Cuộc sống như cũng rã rời vắng ngắt?

Có hôn em cũng không dám hôn thật,
Môi nồng nàn nhưng chất ngất niềm đau?
Tình yêu bây giờ chẳng khác trước sau,
Nhưng cúm tàu làm địa cầu thay đổi?

06/16/20

CÁM ƠN NGƯỜI VÀ CÁM ƠN TÔI

Cám ơn Chúa cho con còn được sống,
Vượt qua tháng ngày chao động đảo điên.
Thế giới hôm nay nhuốm lắm muộn phiền,
Đời lữ thứ trần gian muôn tội lỗi.

Cám ơn cuộc đời gập ghềnh muôn lối,
Biết ngõ nào không rối rắm mà đi?
Người ghen ghét nhau môi miệng khinh khi,
Chân vững bước thì sợ gì gian khó?

Cám ơn hoa cỏ xanh tươi trước ngõ,
Giọt mồ hôi nhỏ ướt lưng áo em.
Đã bao năm nghĩa phu phụ vuông tròn,
Tình yêu ngát thơm dòn cơn nắng hạ.

Cám ơn các con siêng năng tất tả,
Chuyên cần công việc, gắng sức học hành...
Tuổi trẻ phơi phới như chồi cây xanh,
Vươn sức sống góp phần xây non nước.

Cám ơn anh chị những người đi trước,
Đã dẫn dắt tôi vững bước trên đường.
Cám ơn người nặng nợ với quê hương,
Thương Tổ Quốc chìm nhiều nhương áp bức.

Cám ơn sự can đảm đã vượt bực,
Yêu quê hương mà phải vào ngục giam.
Tù Nhân Lương tâm quản gì gian nan,
Quên thân mình vì Tự Do, Dân Chủ.

Cám ơn các bạn Facebook mới cũ,
Hàng ngày chia sẽ tâm sự với nhau.
Dù mình sống trên khắp nẻo địa cầu,
Tình cảm vẫn luôn đậm màu thân ái.

Cám ơn câu thơ nhạc quyện nhau mãi,
Cho chào đời những tác phẩm yêu thương.
Cám ơn người nhạc sĩ đã tơ vương,
Chắp đôi cánh cho lời thơ thánh thót.

Tôi cám ơn tôi có trái tim mật ngọt,
Cứ yêu đời dù đời ít khi vui.
Những lúc buồn miệng vẫn gắng cười tươi,
Vị cay đắng trên môi bị nghiền nát.

Cám ơn quê mới bánh thơm sữa mật...
Cho được làm người sống thật hiên ngang.
Cám ơn Chúa mang muôn triệu hồng ân,
Ban hạnh phúc giữa cõi trần hoang loạn.

11/24/20

QUÊ MÌNH, QUÊ NGƯỜI

Chiều về ngó bên tê, gió đồng mang hương quê.
Hồn lạc về chốn xưa, lòng nhớ nhung lời thề.
Ngày ra đi não nề, lệ dầm dề khoé mắt.
Quê hương đã xa khuất, đường về quá lê thê.

Chiều về bao hình ảnh sống lại ở quanh đây.
Ngắm mây trời bay bay, thương mùi khói rơm rạ.
Vuông sân ngập nắng hạ, tiếng chim gù trên cây.
Giờ tóc bạc như mây, còn phiêu bạt đôi ngã.

Chiều nay nơi xứ xa, quê người ngỡ quê ta.
Đàn chim bay la đà tìm về bên mái nhà.
Lòng âm thầm xót xa, nhớ nhà buồn tê tái.
Quê hương còn xa mãi, đời mình cũng trôi qua.

Chiều về bên cánh đồng hoa,
Hồn còn ngớ ngẩn quê ta quê người!

12/21/20

Ở NƠI KHÔNG CÓ NGƯỜI

Ở nơi đây có làn không khí mát,
Thổi vào lòng cho bớt ngạt buồng tim.
Trưa mùa Đông bãi biển thật im lìm,
Chỉ riêng mình cùng lũ chim bé nhỏ.

Sóng ào ạt cồn cào bao nỗi nhớ,
Những người xưa hớn hở vắng đâu rồi?
Các cô gái mĩ miều chẳng còn chơi,
Trên bãi cát liền nền trời nắng chói.

Bãi vắng ngắt chỉ mình tôi rã rợi,
Bước lang thang chẳng ai đợi ai chờ.
Thế giới âm u như cõi hoang sơ,
Một đàn chim đang vô tư nhảy múa.

Biển cũng thế và những đám mây nữa,
Mãi tự tình mặc nhân thế lao đao.
Ở ngoài kia thoảng qua tiếng rì rào
Của sóng biển là trào tuôn nước mắt.

Nỗi thất vọng ê chề tràn mặt đất,
Đâu chỉ nơi này quay quắt buồn đau?
Muốn hỏi trời nhưng nghi ngại gì đâu,
Trời xa quá nỗi sầu nào có biết?

01/14/21

MỘT NĂM

Một năm ở tạm tù,
Bốn mùa chỉ mùa Thu.
Quanh quẩn mãi một xó,
Cuộc đời thật âm u.

Chẳng mấy khi ra đường,
Vì sợ COVID vương.
Nhìn đâu cũng im ắng,
Xã hội thật thê lương.

Bạn bè chẳng gặp nhau,
Thỉnh thoảng nhắn đôi câu.
Thăm xem mày còn sống,
Hay đã đi từ lâu?

Ngửa mặt nhìn lên trời,
Cố tìm ánh sao rơi.
Cúi mặt nhìn xuống đất,
Chạm được hạt bụi rồi.

Không tu cũng chẳng thiền,
Giữa cuộc đời dở điên?
Ráng hồn nhiên vui sống,
Bỗng nhiên thấy mình hiền.

03/10/21

TIỄN CÔ VY

Chờ mãi mới đến buổi chiều nay,
Trời cao gió mát nắng vàng ngây.
Hân hoan tôi nói lời vĩnh biệt,
Tuyệt mối tình em lắm đoạ đầy.

Một năm tình nghĩa có ra gì,
Chỉ là trói buộc bước tôi đi.
Em càng đeo đẳng tôi càng sợ,
Cuộc đời đau khổ thật tái tê.

Em cách ngăn tôi với mọi người,
Tạm tù trong bốn bức tường vôi.
Người người nhìn nhau nhiều nghi ngại,
Đời vắng niềm vui thiếu nụ cười.

Tôi hận em lắm em biết không,
Em cướp đời tôi một năm ròng.
Bao nhiêu ước vọng theo mây gió,
Biến thành tro bụi vào hư không.

Hôm nay liều thuốc cứu tôi rồi,
Nó làm cho em phải cách tôi.
Tình đã phôi pha đời đôi ngã,
Đeo đẳng thêm chi chỉ ngậm ngùi.

Thôi thế tiễn em về khung trời,
Của em với nghiệt ngã tả tơi.
Tôi trở về đời vui hạnh phúc,
Cùng người mở cửa đón cuộc vui.

01/02/21

THU NHỚ!

Thu trước vừa qua mới độ nào,
Chị tôi giặt áo phơi ngoài sào.
Lác đác lá vàng rơi trong nắng,
Đoàn quân thắng trận về xôn xao .

Hai hôm sau ấy chị theo chồng,
Chiến binh về phép đẹp tình chung .
Mùa Thu gió thổi thơm hương cốm,
Hoa Vông Vang nở rụng bên sông!

Một chiều cuối Đông tím mây trời,
Được tin giặc đã giết chị rồi!!!
Quê tôi chìm đắm trong máu lửa,
Mẹ già thay chị mang áo phơi!

Mẹ giặt cuộc đời cho bớt nhàu,
Ai hay nỗi sầu mãi đua nhau?
Tàn cơn chinh chiến làn ranh đạn,
Cướp mất mẹ tôi một đêm thâu!

Từ ấy mỗi lần lúc Thu sang,
Hắt hiu bờ Trúc lá thu vàng .
Dấn bước lang thang chiều mưa đổ,
Tôi đi ôm trọn một trời tang!

Thu nay lạc lỏng ở cuối đường,
Lá Phong đỏ rụng đẫm chiều sương .
Dẫm nát lòng tôi từng kỷ niệm,
Ngậm ngùi thương tiếc bóng quê hương!

09/11/19

Ô CỬA MÙA THU

Em ạ tháng ngày xa quá đỗi,
Rừng chiều Phong hun hút lá vàng bay.
Anh thẫn thờ lạc rừng vắng chiều nay,
Nghe âm điệu của những ngày xưa cũ.

Mưa mơn man hoa Sữa trắng đường phố,
Ướt mặt thềm loang lổ ánh nắng thưa.
Em chờ ai mà cửa sổ khép hờ,
Hanoi Thu về bơ vơ mắt biếc?

Em cất đâu mối tình nhiều tha thiết,
Ở bên đời náo nhiệt những thanh âm?
Nặng nợ nhau để ngày đi âm thầm,
Đêm vàng võ không gian dầm mưa lệ?

Hồn Thu run run từng hơi thở nhẹ,
Không gian mờ bể cả trùm sương mù.
Tình xót xa như chở cả mùa Thu ,
Chất lá vàng đốt từng tờ nhật ký...

Khói hương bay lùa vào hồn tri kỷ,
Phảng phất rơi chiều Thu lạ xứ người!
Sáng Hanoi em ra phố chơi vơi,
Mùi hoa Sữa thoảng hơi người yêu cũ!

Mùa Thu đến mang theo nhiều giông tố,
Vũ trụ buồn vàng võ chuyện ly tan.
Tình đắm say ai ngờ mãi dở dang,
Hồn để tang khóc những mùa Thu chết!

10/06/20

MỘT CHỚM THU

Một chớm thu về trên mái tóc,
Trắng đen mấy sợi cứ thẫn thờ?
Vui lại ngắn, buồn thì dài mọc...
Giật mình gai ốc nổi bâng quơ!

Gió rét run run bờ môi lạnh,
Đời bỗng vắng tênh những nụ cười .
Bao nhiêu thơ trẻ như chắp cánh,
Vút bay trên tầng lá vàng rơi?

Lang thang hơn nửa kiếp còn lạ,
Bới tìm tơi tả vết chân chim.
Chẳng có một mùa Xuân êm ả,
Chất chồng Đông, Hạ...chếnh choáng men.

Lữ khách độc hành chân mãi bước,
Về đâu mưa gió ướt đẫm hồn?
Xào xạc rừng thu phong phía trước,
Dật dờ sương phủ bóng hoàng hôn?

Thu đem u uẩn vào mây khói ,
Buồn rơi chới với vạn nẻo đường.
Nhặt xác lá vàng hồn đau nhói,
Thương mình một cõi nửa âm dương!

10/09/18

MÙA THU ĐẾN...

Hôm Thu đến trời vừa se cơn gió,
Lá trên cành rụng khẽ lúc em qua.
Mây bâng khuâng thơ thẩn điệu la đà,
Tà áo biếc hớp hồn người khách trọ.

Em đi nhẹ nhớ đừng khua guốc gõ,
Kẻo lá vàng khó nằm ngủ trên hè?
Nắng hanh hao cũng đừng lấy tay che,
Để phập phồng ấp e ngực con gái.

Trời xanh thẳm như dấu đi e ngại,
Của tuổi đời ân ái đã trôi qua.
Thứ hai đầu tuần mà ngỡ thứ ba,
Anh vụng về quên cả là thứ mấy.

Đôi mắt nai to tròn đen nhấp nháy,
Nước hồ Thu phẳng lặng chảy mơ màng.
Anh trông theo nhìn thấy cửa Thiên Đàng,
Như hé mở qua khe vàng lá đổ.

Khúc khích cười em hồn nhiên như cỏ,
Những hạt trăng mờ tỏ soi lối lòng.
Anh ước gì được làm hạt sương trong,
Rơi khe khẽ lên bờ vai em nhỉ?

Cơn gió nhẹ rối lòng say luý tuý,
Thoảng hạt mưa rơi mộng mị xuống đường,
Anh giật mình gọi cô bé dễ thương,
Em lúng liếng đã mang mùa Thu đến.

09/21/20

TÌNH TỰ THÁNG MƯỜI

Ngẩng đầu lên thấy tháng Mười trước cửa,
Lá thu vàng mục rữa với thời gian.
Chợt nhận ra một năm nữa sắp tàn,
Mười tháng đã nhiều lo toan vội vả?

Mười tháng thôi. Cuộc đời ơi đẹp quá!
Được chia thành những miếng bánh thơm ngon.
Mỗi ngày tới có bao việc hân hoan,
Cùng vất vả trộn đều lên men ngọt.

Thời gian, tôi, kế hoạch, và công việc...
Đuổi theo nhau thẳng tắp trên đường dài.
Cứ tuần tự lòng hăng hái mê say,
Thực hiện ngay là có ngày hoàn tất.

Đừng sợ hãi nhiều chông gai trước mặt!
Chớ nghi ngờ hiện thực với tương lai!
Cuộc sống chung quanh có vạn niềm vui!
Thời gian chính là gia tài vô giá?

"Thắng hay thua" cũng bình tâm nhận cả,
Hỏi lòng mình "đã tận lực hay chưa?"
Hạnh phúc cuộc đời nào có dễ mua,
Bằng bạc tiền và con tim ích kỷ?

Đón ngày mới bằng tâm hồn hoan hỉ,
Cùng ngày đi với phấn khởi đam mê.
Bước phiêu lưu trên vạn nẻo không nề,
Và ngơi nghỉ an nhiên khi ngày hết.

Tờ lịch rơi kết dầy thêm màu biếc,
Vạn niềm tin xanh tha thiết an lành.
Lửa rực hồng tình nghĩa kiếp nhân sinh,
Dát bạc vàng cho thành công, chiến thắng...

Mười tháng đi trong một năm rất ngắn,
Lại thấy mình dư dả hơn giàu sang?
Hai tháng cuối: sáu mươi ngày thênh thang,
Sống buông thả cho hồn trôi viễn mộng.

Người chỉ già khi không còn ước vọng?
Chẳng trẻ đâu nếu đã hết đam mê?
Ai cũng một lần đến rồi sẽ đi?
Thì hãy sống để không còn tiếc nuối!

10/10/17

MÙA ĐÔNG ĐI QUA

Mùa đông đi qua thành phố,
Nắng chiều phai nhạt bước chân.
Mấy lần tôi về con ngõ,
Từng quen sao vẫn ngại ngần.

Mùa đông con chim không hót,
Gió buốt thổi ngược vào tim.
Hay tin cuộc tình vừa chết,
Xấp mình đọc kinh ăn năn.

Mùa đông áo chăn nệm ấm,
Xót người thương lẫn tình ta.
Một đời phong ba lận đận,
Hạnh phúc thoảng như gió qua.

Mùa đông mẹ già thương nhớ,
Đàn con lạc chợ trôi sông.
Tan đàn con không về nữa,
Trăm năm mẹ ngồi nhớ mong.

Mùa đông áo phong trần rách,
Lữ khách rỉ máu vết thương.
Đời tôi nỗi buồn cũ nát,
Hoàng hôn khao khát ánh dương.

Mùa đông phủ tang trắng xoá,
Đất trời hoa tuyết rơi rơi.
Nụ hôn còn thơm trên má,
Dấu son đã nhạt như vôi.

Mùa đông bên đời hiu quạnh,
Giá băng chưa rũ nợ người.
Đêm khuya nghe bài ca Thánh,
Tiếng còi ga vắng xa xôi.

Phố biển, 11/13/20

LỄ TẠ ƠN - THANKSGIVING

Hạ vừa sang nắng còn vàng cuối ngõ,
Đã Thu tàn lá ngập đổ vuông sân.
Sáng nay trời trở rét gió lạnh căm,
Như cố níu mùa Đông về tạm trú?

Tháng mười một mùi gà tây quyến rũ,
Bánh Táo thơm lừng chiếm ngự không gian.
Gia đình quây quần rộn tiếng cười vang,
Lòng chân thành chứa chan tình cảm tạ.

Cám ơn em người vợ hiền vất vả,
Quanh năm miệt mài tất tả vì anh!
Cám ơn con hiểu được nghĩa sinh thành,
Chăm chỉ học hành chu toàn công việc.

Cám ơn bạn bè cảm tình thân thiết,
Sẻ chia nhau những dị biệt bất đồng.
Cám ơn người tất cả mọi tấm lòng,
Cùng tranh đấu cho Tự Do dân tộc!

Cám ơn ca nhạc đã lên cung bậc,
Cho lời thơ được chắp cánh bay cao.
Cám ơn bạn Facebook mỗi sớm chiều,
Luôn mến mộ tặng nhau nhiều thương mến.

Cám ơn Thượng Đế đã mang con đến,
Thế gian này làm hành khất gian nan.
Cám ơn quốc gia nhân ái cưu mang,
Cho tôi được sống vẻ vang Dân Chủ!

Hôm nay ngày Thanksgiving đoàn tụ,
Xin chúc người nhiều hạnh phúc, niềm vui...
Chung lời kinh cầu nguyện cho những người,
Vì Tự Do hy sinh đời Xuân sắc!

11/26/19

THÁNG MƯỜI HAI

Tháng mười hai hoa tuyết cài trên tóc,
Gió lạnh căm chui vào cổ em nằm.
Mây thay màu áo khoác ấm eo thon.
Giầy cao cổ ôm chặt hàng chân ngọc.

Tháng mười hai em có qua con dốc,
Đi vững vàng kẻo trơn trượt bước chân?
Đau lòng đường đã nứt nẻ nhiều năm,
Oằn sương gió phong ba thầm chờ đợi?

Tháng mười hai nắng thập thò bóng tối,
Em đừng hong tóc rối ở bên rèm!
Khung cửa sổ không đủ sức chịu thêm,
Cái khêu gợi trên đôi môi đỏ thắm!

Tháng mười hai đôi mắt em đẹp lắm,
Ánh sao sáng lấp lánh cả trời đông.
Anh mãi sẽ là những sợi dây chăng,
Cột em vào trong vòng tay nồng ấm.

Tháng mười hai lòng anh thật say đắm,
Tiếng em cười chóng vánh chén rượu say!
Anh ước gì ngày tháng dừng lại đây,
Mười hai tháng là tháng mười hai mãi!

12/01/17

KHI MÙA XUÂN ĐẾN

Trời nghịch ngợm cố tình nghiêng vạt nắng,
Vuốt cành Mai xinh xắn ở hiên nhà.
Gió lì lợm lại ghì mãi bông hoa,
Rót thầm thì những lời yêu cuồng vội!

Anh nhớ em nghe chừng nhiều quá đỗi,
Mùi thịt da thơm khói bánh Chưng sôi?
Trên ngai vàng của tuyệt đỉnh hồn tôi,
Em ở đấy sáng ngời ngôi hoàng hậu!

Xuân e thẹn hương trinh còn che dấu,
Mặc thời gian đau đáu mãi đi tìm?
Mười hai tháng làm hồi hộp con tim,
Trời với đất giao tình đêm trừ tịch?

Xuân đang về thần tiên như cổ tích,
Mang đến mọi người hạnh phúc, lộc, tài...
Xuân đất trời mới về hôm nay thôi,
Xuân của mình đến thời yêu mới chớm!

Xuân ngọt ngào trên đôi môi cong cớn,
Chờ nụ hôn hư đốn kiếp người ta?
Tết lì xì em một trời trăng hoa,
Rộn tiếng pháo Xuân chan hoà hạnh phúc!

01/22/20

CHỪNG SẮP TẾT

Tết gần đến chẳng nghe lòng háo hức,
Bởi vì Xuân nao nức sắp sang mùa!
Nỗi cô đơn rao bán chẳng ai mua,
Tình lận đận bốn mùa đeo dai dẳng!

Tết gần kề thêm nhiều đêm thức trắng,
Nặng trong lòng nỗi hoài vọng quê hương.
Ai xa quê mà chẳng lắm vấn vương,
Khi năm hết nắng tàn buông cuối ngõ?

Tết đến gần nhưng lòng còn bỡ ngỡ,
Ngắm Mai vàng chạnh nức nở buồn rơi!
Bánh chưng xanh, kẹo mứt...chốn quê người
Thơm ngon ngọt lại rạc rời cung điệu!

Tết nhớ nhà thương quê hương rão riệu,
Xót gia đình, bè bạn, triệu người quen...!
Người dân đen vất vả cuộc sống hèn,
Niềm mơ ước bình yên không với được!

Tết nguyện cầu xin hoà bình đất nước,
Dân Việt Nam vượt thoát được gian nan.
Tổ quốc Tự Do, Dân Chủ....đàng hoàng,
Người lưu lạc trùng phùng về đất Mẹ!

01/28/19

ĐÊM BA MƯƠI

Đêm ba mươi động phòng trừ ma quỉ,
Đón giao thừa bằng lúy túy ái ân.
Em bên ta nghe trời đất xoay vần,
Cỏ cây hé nụ hương xuân lan tỏa.

Đêm ba mươi mật chảy trong khe đá,
Vũ trụ giao hoà, nhân thế buồn vui.
Qua ba trăm sáu mươi lăm ngày trôi
Thắng, thua...vẫn mỉm cười cùng dâu bể.

Đêm ba mươi rượu say hờn tri kỷ...
Khói lư đồng nghi ngút vọng cố hương!
Hồn lang thang theo cơn gió đông cuồng,
Hoài bảo chất khẳm con thuyền khát vọng!

Đêm ba mươi pháo nổ rền vang động,
Tiễn buồn đi đón hạnh phúc mới về!
Muôn người đua chen hớn hở tràn trề,
Lòng thầm ước nguyện vạn điều như ý!

12/28/17

ĐÓN TẾT

Có một bữa không gian vừa cởi áo,
Nắng ùa vào rạo rực cánh hoa Xuân.
Đường phố chen chân nô nức xa gần,
Phiên chợ Tết pháo đì đùng rộn rã.

Muôn sắc áo khoe màu trên xứ lạ,
Tiếng sông Hồng giục giã tiếng Cửu Long.
Bên áo tím thẹn thùng dáng Hương Giang,
Như bừng sống cả quê hương đất Việt.

Bên chén trà cụ Ông, Bà tha thiết,
Ôn chuyện xưa cười rả riết dòn tan.
Mắt mơ màng nhiều cô gái thả hồn,
Trên những cánh hoa Mai vàng rực rỡ.

Khoe áo mới đàn bé thơ hớn hở,
Bên Cha Mẹ mừng rỡ bao lì xì.
Có những chàng trai trẻ nghĩ ngợi gì,
Dáng đăm chiêu trông nhiều suy tư lắm!

Bao cửa hàng đỏ rực nền Liễng thắm,
Câu Phúc, Lộc... viết đậm nét Xuân hồng.
Hoa quả, mứt kẹo lẫn bánh Chưng xanh,
Gói ghém trọn cả chân tình quí mến.

Tết gần kề ai người không nhớ đến,
Các bạn bè cũ mới bốn phương trời?
Gởi tấm lòng về quê hương xa xôi,
Mong năm mới được vẹn lời giao ước?

01/06/20

MỘT NỬA

Thơ: Dan Hoàng - Nhạc: Giao Tiên (22.11.2019)

LẠI MỘT NGÀY BUỒN

02.5.2020

Thơ: Dan Hoàng
Nhạc: Nguyễn Xuân Lưu

Đời tạm tù trong bốn bức tường. Nghe đời sống vẫy vùng gào thét. Ngày mới đến trông thật đáng ghét. Toàn tin buồn giết hết niềm vui. Một ngày nữa thêm nỗi bùi ngùi. Mộng cuộc đời không còn bay bổng. Nhìn nơi đâu cũng đầy trống rỗng. Lặng tự bế ác mộng gớm ghê. Mùa đại dịch cuộc sống ê chề. Niềm tin mất nào nể nhân thế? Người nhìn người sao mà sợ quá. Tiếc với nhau cả một lời chào. Suy tính gì trong lúc lao đao. Biết được sao ngày mai còn đến. Thương kiếp người trong cơn nguy biến. Tựa một làn khói quyện thoáng qua. Xin Thượng Đế thương kiếp người ta. Thoát trầm luân khỏi vòng tục lụy. Ngày mai đến với chân thiện mỹ. Cho cuộc đời hạnh phúc đơm hoa.

Mục lục

- Tôi lạc mất tôi! — 6
- Phở — 8
- Mưa phố biển — 10
- Bài luận văn cho quê hương — 12
- Hương xuân — 15
- Phố lạ chưa quen — 16
- Uống rượu một mình — 18
- Đường về xóm đạo — 20
- Hoa vông vang — 22
- Lữ khách — 24
- Mỗi bận xông hơi lại nhớ nhà — 26
- Lai Châu — 28
- Đêm nghe tiếng nhạc jazz — 30
- Tim tím lục bình ơi! — 32
- Chiều trên phố Bolsa — 34
- Có còn Hà Nội! — 36
- Nóng bỏng — 38
- Sinh nhật của người hành khất — 40
- Sinh nhật của người hành khất II — 42
- Chúng mình nợ nhau — 44
- Đừng để mất nhau — 46
- Vắng anh — 48
- Nghiêng tình — 49
- Khát khao — 50
- Trần tục — 52
- Bềnh bồng vạt nắng — 54
- Thổn thức — 56
- Vườn tình — 58
- Lời tình phôi pha — 60
- Giữ lại cho nhau — 62
- Hụt hẫng! — 64

- Cơn mưa chiều 66
- Nửa chiều đông 68
- Lời thơ tình trên tuyết trắng 70
- Tiễn người về cõi rong chơi 72
- Xoá dấu ân tình 74
- Xoá dấu ân tình II 76
- Tạ lỗi 78
- Thà như thế... 80
- Cất lại nỗi buồn 82
- Đêm thứ Sáu 84
- Lỡ làng 86
- Cánh gió mây bay 88
- Hương đêm hoa sữa 90
- Ngập ngừng 92
- Cà phê sáng 93
- Lời tình của sóng biển 94
- Giọt đêm rơi 96
- Một chút gần nhau 98
- Bán tình tôi 100
- Cà phê cô đơn 102
- Còn thắm nụ hôn 104
- Hương lòng 106
- Khi ta ngủ nước non không ngủ! 108
- O có về ngoài nớ! 110
- Trở về chốn xưa 112
- Thương 114
- Ngày các anh trở về! 116
- Vượt bão o về đại nội 118
- Một nửa... 120
- Hận tháng Tư... 122
- Niềm đau 124
- Tuổi 19 126
- Lại một ngày buồn! 128

- *Valentine này vắng em* — 130
- *Thăm con gái trong mùa đại dịch cúm Tàu* — 132
- *Mình sẽ yêu nhau như thế nào?* — 134
- *Phân vân...* — 136
- *Cám ơn người và cám ơn tôi* — 138
- *Quê mình, quê người* — 141
- *Ở nơi không có người* — 142
- *Một năm* — 144
- *Tiễn Cô Vy* — 146
- *Thu nhớ!* — 148
- *Ô cửa mùa thu* — 150
- *Một chớm thu* — 152
- *Mùa thu đến...* — 154
- *Tình tự tháng Mười* — 156
- *Mùa đông đi qua* — 158
- *Lễ tạ ơn - Thanksgiving* — 160
- *Tháng Mười Hai* — 162
- *Khi mùa xuân đến* — 164
- *Chừng sắp Tết* — 166
- *Đêm Ba Mươi* — 168
- *Đón tết* — 170

Liên lạc Tác giả
Dan Hoàng
danheaven@yahoo.com

Liên lạc Nhà xuất bản
Nhân Ảnh
han.le3359@gmail.com
(408) 722-5626

www.ingramcontent.com/pod-product-compliance
Lightning Source LLC
Chambersburg PA
CBHW021425070526
44577CB00001B/67